Diwani ya Tuzo ya Ushairi
ya Ebrahim Hussein

Diwani ya Tuzo ya Ushairi ya Ebrahim Hussein

Juzuu la Pili

MKUKI NA NYOTA
DAR—ES—SALAAM

KIMECHAPISHWA NA
Mkuki na Nyota Publishers Ltd
S.L.P. 4246
Dar es Salaam, Tanzania
www.mkukinanyota.com

© Washairi, 2017

ISBN 978-9987-08-326-8

Tembelea tovuti yetu www.mkukinanyota.com kujua zaidi kuhusu vitabu vyetu na jinsi pa kuvipata. Vilevile utaweza kusoma habari na mahojiano ya waandishi pamoja na taarifa za matukio yote yanayohusu vitabu kwa ujumla. Unaweza pia kujiunga na jarida pepe letu ili uwe wa kwanza kupata taarifa za matoleo mapya zitakazotumwa moja kwa moja kwenye sanduku la barua pepe yako.

Vitabu vya Mkuki na Nyota vinasambazwa nje ya Afrika na African Books Collective.
www.africanbookscollective.com

YALIYOMO

Shukrani

Kukamilika kwa maandalizi ya Diwani hii kumetokana na michango ya hali na mali ya watu mbalimbali. Kutokana na wingi wao hatutaweza kuwataja wote kwa majina; tunachoweza kusema ni kuwa tunatambua mchango wao katika maandalizi ya toleo hili maalumu. Kwa niaba ya wengine, shukrani zetu za dhati ziwaendee wafuatao:- Tanzania Gatsby Trust na Bodi yake ya wadhamini, ikiongozwa na Mwasisi wake Hayati Ibrahim Seushi na baadaye Bi. Demere Kitunga. Kwa ubalozi wa Uswiss nchini Tanzania ambao wamejitolea kugharamia uchapishaji wa toleo hili kwa mwaka huu. Kwa Kampuni ya Uchapishaji ya Mkuki na Nyota kwa kushirikiana na Mratibu na Jopo la Majaji kuendesha Shindano hili.

Wengine ambao inatubidi kuwataja ni mratibu wa masuala ya kifedha ya shindano hili, Bi Olive Luena, Mratibu wa kiutendaji wa Shindano, Bw. Joseph Mwachali, Majaji wote wanne wa mwaka 2016 ambao wakati mwingine walishinda na kukesha wakitathmini tungo hizi na washiriki wote wa shindano, maana bila wao shughuli nzima hii isingalifanyika. Tunawaomba wale wote waliosaidia kueneza taarifa za uanzishwaji wa Tunzo na kutangaza shindano hili, wakiwamo; Wizara inayosimamia Utamaduni, asasi mbalimbali za elimu na sanaa, na waandishi wa habari kutoka vyombo mbalimbali, wapokee shukrani zetu. Mwisho kabisa tunatoa shukrani kwa Hayati Gerald Belkin na familia yake, ambao wametoa fedha za kugharimia shindano hili, na kwa Profesa Ebrahim Hussein na familia yake, kwa kuibariki Tunzo hii na kukubali jina lake litumike katika shindano hili ili kuibua vipaji vya watunzi wapya.

Joseph Mwachali
Katibu Mtendaji
TUEHU
Agosti, 2017

Diwani ya Tunzo ya Ushairi ya Ebrahim Hussein ni zao la shindano la utunzi wa mashairi ya Kiswahili lililopewa jina la Ebrahim Hussein. Chimbuko la Tunzo hii ni wasia wa hayati Gerald Belkin. Belkin alikuwa mtengeneza filamu mashuhuri aliyewahi kutafiti na kuandaa filamu kadha juu ya maisha na changamoto za ujenzi wa ujamaa vijinini nchini Tanzania. Alipokuwa Tanzania, Belkin alifanya kazi bega kwa bega na Ebrahim Hussein, mtunzi na mwanazuoni mahiri wa fasihi ya Kiswahili. Kupitia kwa Hussein, Belkin alitokea kuufahamu na kuvutiwa na utamaduni na fasihi ya Kiswahili, hususani ushairi, ambao una mizizi mirefu katika utamaduni huo.

Ebrahim Hussein ameitumia vema kalamu yake katika utunzi na uchambuzi wa falsafa ya jamii na fasihi. Vitabu vyake, kama vile Kinjeketile, Mashetani, Harusi, Wakati Ukuta na Kwenye Ukingo wa Thim vimeibua na kuchambua minyukano ya fikra na migogoro ya kijamii na kiutamaduni inayofungamana na mabadiliko ya kihistoria nchini Tanzania na barani Afrika kabla na baada ya uhuru. Aidha, kazi hizi bado zina nafasi kubwa katika kuielewa mikinzano inayoendelea katika jamii ya leo. Hata hivyo, tofauti na miaka ya nyuma ambapo kazi hizi zilisomwa na wanafunzi wa ngazi mbalimbali shuleni, siku hizi kazi za gwiji huyu wa fasihi zinasomwa zaidi nje ya nchi kuliko hapa nyumbani. Vijana wengi wa kizazi cha sasa hapa Tanzania hawajapata kumsikia Ebahim Hussein wala kusoma vitabu vyake. Ni matumaini yetu kuwa kwa kupitia Tunzo hii, jamii yetu itazinduka na kuzirejelea fikra za fanani na mwanazuoni huyu kama njia mojawapo ya kujitafakari na kujitambua.

Tunzo ya Ebrahim Hussein inatoa fursa ya pekee kwa washairi mahiri na wanagenzi kunoa vipaji vyao vya uandishi. Uchapishaji wa Diwani ya Tunzo utapanua wigo wa hadhira ya washairi hawa. Idadi kubwa ya watu wa rika, jinsi na hali anuai za maisha walijitokeza kushiriki shindano la kwanza na la pili la Tunzo. Hii inadhihirisha kuwa kuna ufinyu wa fursa za washairi kufikia hadhira kubwa. Aidha, Diwani hii itakayokuwa na majuzuu kadhaa, inachangia maendeleo ya lugha na fasihi ya Kiswahili. Mkusanyiko uliopo katika chapisho hili, una 'ladha' ya kipekee inayosadifu fikra na 'sauti' zinazotanabahisha migogoro ya kiutamaduni na kijamii tunayoishuhudia katika kizazi cha leo; na matamanio ya jamii tunayojaribu kuijega.

Waswahili hunena, 'mcheza kwao hutunzwa'. Japokuwa mwanzilishi wa Tunzo hii si mwenyeji wa Afrika ya Mashariki, lakini ametoa fursa ya kuwaenzi washairi wanaostahiki. Tunzo hii aliyoianzisha inawakumbusha wasimamizi na wapenzi wote wa lugha na fasihi ya Kiswahili wajibu wao wa kuiendeleza ili ikue na kufikia ubora wa kupigiwa mfano ndani na nje ya Tanzania. Hakuna ubishi tena kuwa Kiswahili ni lugha ya kimataifa. Hivi sasa Kiswahili hufundishwa katika vyuo vikuu vya nchi nyingi ulimwenguni. Tusipochangamkia fursa ya kupata machapisho ya kutosha ya ubora unaokidhi haja ya soko hili, wengine watajaza pengo hili. Ndio maana licha ya kutoa Tunzo, Bodi ya Tunzo imeamua pia kutoa diwani ya mashairi teule ya kila msimu ili kuongeza idadi ya machapisho ya fasihi ya kiwango cha juu cha uandishi; na kuwawezesha watunzi kufahamika na kusomwa na watu wengi.

Demere Kitunga
Mwenyekiti Kamati ya Uendeshaji
Dar es Salaam,
Oktoba 2016

Pia Ipo

Idd M. Mwimbe

*Idd Mohamed Mwimbe ana umri wa miaka 26. Ni mkazi wa
Bagamoyo. Ni mwanafunzi wa shahada ya Sanaa na Elimu katika
Chuo Kikuu cha Dodoma. Yeye ndiye mshindi wa kwanza wa Tuzo ya
Ebrahim Hussein kwa Msimu wa pili -2015/16. Amewahi kuandika
mashairi kwenye magazeti mbalimbali na redio. Pia ameandika
kitabu chake kinachoitwa HEKALU LIMECHAFUKA.*

1. Kazi imekuwa ngumu, umeshindwa ushindani,
   Ukautoa utamu, ukaingizwe kundini,
   Hii pia nayo ipo, usiipambe kwa lugha.

2. Ni mvivu wa kusoma, ukafeli mtihani,
   Kaenda omba alama, na ukapewa gizani,
   Hii pia nayo ipo, usiipambe kwa lugha.

3. Makosa ameyatenda, alipe kumi faini,
   Wajifanya kumlinda, akupe tano pembeni,
   Hii pia nayo ipo, usiipambe kwa lugha.

4. Umefanya usaili, ukashinda kwa makini,
   Siku ya kuwasili, waombwa mwende chumbani,
   Hii pia nayo ipo, usiipambe kwa lugha.

5. Mawazo yako machanga, mekushinda mshindani,
   Waanza kugawa kanga, wakuweke kileleni,
   Hii pia nayo ipo, usiipambe kwa lugha.

6. Binti Manzi hakutaki, uwe wa kwake mwandani,
   Waenda wapa malaki, wazaziwe wakutuni,
   Hii pia nayo ipo, usiipambe kwa lugha.

7. Akili hairuhusu, kidato songa mbeleni,
   Wajibadili unusu, itwa jina la jirani,
   Hii pia nayo ipo, usiipambe kwa lugha.

MAVULIA

HAJI A. ABDALLAH

Haji Amour Abdalla ana umri wa Miaka 28. Ni mkazi Bagamoyo. Ni mwanafunzi wa shahada ya Sanaa na Elimu katika Chuo Kikuu cha Tumaini, Dar es Salaam . Yeye ndiye mshindi wa pili wa Tuzo ya Ebrahim Hussein kwa msimu wa pili -2015/16. Amewahi kuandika shairi linaloitwa "IPI SIKU" na "KUMBE MOTO WA KUMBI."

1. Mavulia ndio bunda, uchumi wa madukani.
   Mavulia yawa tenda, kwa vyombo vya baharini.
   Mavulia kwa matenga, yanauzwa mikowani.
   Mavulia yawa kero, wenye macho lioneni.

2. Mavulia si matunda, yalimwayo milimani.
   Mavulia si bumunda, lipikwalo ugangani.
   Mavulia kiyapenda, soma habarize chini.
   Mavulia yawa kero, wenye macho lioneni.

3. Mavulia yanafaa, hilo sikatai sini.
   Mavulia huzagaa, pande zote duniani.
   Mavulia ni kinyaa, yamalizapo thamani.
   Mavulia yawa kero, wenye macho lioneni.

4. Mavulia kila kaya, tumejaza majumbani.
   Mavulia ni mabaya, kwa mazingira jamani.
   Mavulia shida mbaya, husababisha nchini.
   Mavulia yawa kero, wenye macho lioneni.

5. Mavulia yana sumu, wasomavyo mashuleni.
   Mavulia ndio kinu, cha uchafuzi hewani.
   Mavulia ni magumu, kutoweka duniani.
   Mavulia yawa kero, wenye macho lioneni.

6. Mavulia yameleta, mabadiliko nchini.
   Mavulia yamekata, mvua zote angani.
   Mavulia si kupata, kwa sote tuzindukeni.
   Mavulia yawa kero, wenye macho lioneni.

7. Mavulia ndio mwanzo, wa aibu mitaani.
   Mavulia sivyo ndivyo, hulazwa barabarani.
   Mavulia ni kikwazo, cha usafi mitaroni.
   Mavulia yawa kero, wenye macho lioneni.

8. Mavulia yanazogo, afya zetu zirehani.
   Mavulia ni mzigo, hasa yale ya zamani.
   Mavulia kama gogo, likifa weka pembeni
   Mavulia yawa kero, wenye macho lioneni

9. Mavulia ya chumbani, ja' kaniki ya fulani.
   Mavulia taabani, eti twanadi sokoni.
   Mavulia haya duni, kishwara kwa masikini.
   Mavulia yawa kero, wenye macho lioneni.

10. Mavulia mnoleta, ushauri twawapeni.
    Mavulia twayataka, lakini yakaguweni.
    Mavulia yalochoka, wenyewe waachieni.
    Mavulia yawa kero, wenye macho lioneni.

TENA

INNOCENT JOSEPH

Innocent Joseph ana umri wa Miaka 26. Ni mwanafunzi wa shahada ya Sanaa na Elimu katika Chuo Kikuu Mtakatifu Agustino, Mwanza. Ni Mkazi wa Mkoa wa Singida, Wilaya ya Ikungi. Yeye ndiye mshindi wa tatu wa Tuzo ya Ebrahim Hussein kwa msimu wa pili -2015/16. Utungo wake uko katika mtindo wa Bongo fleva

Ubeti 1

Nilijaribu nikashindwa leo najaribu tena
Nafanya tungo pendwa bado zinagoma tena
Ukikataa pema ukipema si pema tena
Ulichosema unasema na kesho utasema tena
Hukutimiza ahadi bado ukaahidi tena
Tulikuamini kura nyingi awamu nyingine tena
Hukupinga ufisadi ikulu ukarudi tena
Sisi walala hoi hoi tunalala tena
Uliahidi ulinzi Albino wanauawa tena
Wamejaa simanzi imani hawana tena
Nchini kwetu tumekuwa watumwa tena
Kwa maliasili zetu ulaya wanafaidi tena
Kwa ufinyu wa akili zetu tunawakaribisha tena
Kwa gia ya uwekezaji kumbe ni ukoloni tena
Picha nzuri buzwagi mzawa hana kitu tena
Siasa kandamizi fisadi kafisadi tena

.

Maisha ni sifuri utishia ulikoanzia
Haya maisha safari sio sigara wala bia
Msafiri kafiri noma kakosea njia
Uko tayari njia huja kwa watu wenye nia.

Ubeti 2

Ilikuwa Richmond mara Epa leo ni Escrow tena
Mikataba duni kwenye gesi itajirudia tena
Mlipa kodi masikini bado anaibiwa tena

Walioko madarakani hawana uadilifu tena
Nyerere na Karume natamani mrudi tena
Kwani nchi mlioikomboa inarudi utumwani tena
Sera za kibepari na si za kijamaa tena
Hali mbaya kwa waalim najua watagoma tena
Hata madereva wamegoma kusoma tena
Polisi na siasa hapa amani hakuna tena
Alitabiri Isaya acha Yahaya nami natabiri tena
Amani tulio nayo ikipotea hatutoipata tena
Wahenga walisema mi nasema mwingine atasema tena
Ukikataa pema ukipema si pema tena
Ahadi ni deni lipa ndo ukope tena
Timiza ahadi Mzee ndipo utuahidi tena

Kibwagizo.

Maisha ni sifuri hutishia ulikoanzia
Haya maisha safari sio sigara wala bia
Msafiri kafiri noma kakosea njia
Uko tayari njia huja kwa watu wenye nia.

Ubeti 3

Ajira kwa vijana habari nyingine tena
Afya na maji safi kero nyingine tena
Tunaachaje kukaba na ukahaba wakati usawa unakaba
Jasho ajaze kibaba mkulima analipa kodi wanaiba
Imekunja sura ukiremba dunia hii
Ramani haina dira matamu siyafikii
Nikiuliza maisha bora wanazuga hawasikii
Elimu inadorora wanakaza na Papii
Kocha picha kachora hii ni nchi ya nini
Hainiingii akilini tajiri wa madini ndo nchi maskini
Wanagawana mabilioni vigogo wa nchi yenye madeni
Ole unayekula ujana uzee unataka mafao
Hongera unayeparangana kujenga taifa la leo
Jeneza mwisho wa mapana mitaa ndo inanipa vyeo
Undugu kufaana kufanana mwisho sura moyoni kimeo
Basi *Hip Hop* waambie wangoje matokeo

VILIO VYA MAUA

RICHARD MENARD

Richard Menard ana umri wa miaka 24. Ni mkazi
wa mkoa wa Iringa na mwanafunzi wa Chuo Kikuu cha Iringa.
Ni miongoni mwa washiriki wa Tuzo ya Ebrahim Hussein msimu
wa pili -2015/16 wa kundi la pili la watunukiwa wa vyeti.
Kwa sasa anaandaa riwaya iitwayo
"UTAMU WA ZABIBU, UZILE TARATIBU"

1. Maisha huwa matamu, mazuri tukifanyiwa,
   Palizi kwetu muhimu, na mbolea kutiliwa,
   Hatuishiwi na hamu, maji tukimwagiliwa,
   Tukiwa bustanini, maua tuthaminini.

2. Tuna maadui sugu, wengi sana kuhesabu,
   Maarufu ni magugu, twaishi nayo karibu,
   Hayaishiwi na gubu, kutujazia taabu,
   Tukiwa bustanini, maua tuthaminini.

3. Waganga wa kienyeji, sisi nao haziivi,
   Hujifanya ni majaji, hasa wawapo na mvi,
   Huchochea wauaji, kwa kuizidisha chumvi,
   Tukiwa bustanini, maua tutathaminini.

4. Kuwa na rangi adimu, yamekuwa ni majungu,
   Waitwao binadamu, wamepuuza ya Mungu,
   Wapo walojazwa sumu, kutuua kwa marungu,
   Tukiwa bustanini, maua tuthaminini.

5. Wenye mioyo migumu, hawaishi tusakama,
   Japokuwa hatudumu, kukicha wao ni njama,
   Wanapigiana simu, watukate kama nyama,
   Tukiwa bustanini, maua tuthaminini.

6. Usiku wa mbalamwezi, twajawa na nyingi njozi,
    Tunawaza majambazi, wa Kizungu na Kiswazi,
    Walengao zetu ngozi, alizotupa mwenyezi,
    Tukiwa bustanini, maua tuthaminini.

7. Twastawi kwa umande, utokao mawinguni,
    Ombi letu mtupende, nasi tuwe na amani,
    Msitukate vipande, kutupeleka sokoni,
    Tukiwa bustanini, maua tuthaminini.

8. Msiache kututunza, kiangazi na masika,
    Mkumbuke kujifunza, sisi sio malaika,
    Tunaweza liwa funza, na urembo kutoweka,
    Tukiwa bustanini, maua tuthaminini.

UNAANZAJE?

MBWANA ADAM

Adam Mbwana ana umri wa Miaka 22. Ni mkazi wa mkoa wa Dar es Salaam na mwanafunzi wa Chuo Kikuu cha Dar es Salaam wa shahada ya Mahusiano kwa Umma na Matangazo. Ni miongoni mwa washiriki wa Tuzo ya Ebrahim Hussein msimu wa pili -2015/16 wa kundi la pili la watunukiwa wa vyeti. Kwa sasa anaandaa riwaya iitwayo "UTAMU WA ZABIBU, UZILE TARATIBU."

1. Unaanzaje kuweka silaha chini na kumpigia magoti adui sokomokoni?
   Unaanzaje kusirimika wakati taashira za mafanikio zinakushufia kwa macho ya matamanio?
   Unaanzaje kutabwarika hali nyuma yako ndio mbele ya wengi?
   Unaanzaje wakati walio wengi wanalisubiri neno lako la busara katika adharusi hii?

2. Ni ngumu ninajua, ni nzito isiyo kifani nafahamu.
   Huhitaji kunisimulia wala kunililia ilhali nakuona ulivyotaharakika,
   Nasikitika kuyaona machozi yako ya thamani yakibubujika kwa ishara ya kutamauka,
   Wakati nilitegemea kuyaona siku yatakapokuwa yameambatana na tabasamu pana usoni mwako.
   Kama wewe ukilia na wao wafanyeje?

3. Umetunukiwa nafasi hii adhimu sababu ya wako uabtali wa kusatua mambo,
   Umetunukiwa wewe kwa sababu walipokuona tu, tumaini la maisha yao lilirejea,
   Umetunukiwa wewe kwa sababu uso wako ulibeba taa imulikayo mbele yao,
   Taa ambayo iliweza kuonyesha hata vivuli vyao,
   Vivuli ambavyo kwa miaka mingi hawajapata kuvitia machoni mwao.

4. Walijua kuwa mzigo waliokupa ni mzito,
   Mzigo ambao kwa muda mrefu walimtafuta wa kumtwika
   wasimpate,
   Sasa kwa nini unataka kuwasonoa na kuwarejesha
   walipotoka ilhali walikupa adhama hii?
   Kwa nini unataka kuwarejeshea tanzia badala ya
   kutaradhia haja za mioyo yao,
   Ni bora angewatelekeza mtu mwingine wangeweza
   kumuelewa lakini si wewe abadani,
   wewe ambaye walikuamini wakakupa maisha yao ili
   uwaondoe kwenye tashwishi hili.

5. Inuka hapo ulipo, simama jitwike silaha zako na ujivike
   sura ya ujasiri,
   Nenda, kawalinde maana wanakuhitaji kwa sasa kuliko
   hata ambavyo waliwahi kukuhitaji kabla.
   Nenda kawaonyeshe kuwa wewe si mtu wa kuyumbishwa
   na mawimbi ya kisimani.
   Nenda kawatehemu waliokusagua na uwathibitishie kuwa
   uoga si silika yako

6. Wewe ni mtu muhimu katika kufanikisha furaha za wengi,
   Hupaswi kuvunjika moyo wala kuhamanika mbele ya
   adui.
   Kusepetuka si kuanguka kama tu utawahi kuinuka,
   Lakini ukijisikia vibaya sababu ya kusepetuka huko basi
   itakuchukua muda kuinuka,
   Hivyo bila shaka watasema tu kuwa umeanguka.
   Lakini nijuavyo mimi huwezi kuanguka kwani bado
   hujachelewa.

Tamu Iso Tamu

Lubigisa Sijaona

Lubigisa Sijaona ana umri wa miaka 26. Ni mkazi mkoa wa Mwanza,
wilaya ya Sengerema. Ni mwanafunzi wa shahada ya Sanaa katika
Fasihi ya Kiswahili, Chuo Kikuu cha Dodoma. Ni miongoni mwa
washiriki wa Tuzo ya Ebrahim Hussein msimu
wa pili -2015/16 wa kundi la pili la watunukiwa wa vyeti.
Ni mwandishi wa ushairi na mpaka sasa anayo miswada
miwili ambayo haijachapishwa.

1. Natuma zangu salamu, Lamu Mwanza na Geita,
    Ita wote walohamu, hamu ya tamu kupata,
    Pata tamu isosumu, sumu itakufumbata,
    Fumbata tamu hatamu, tamu letayo matata.

2. Nakwambia mwanadamu, damu mfu ya kujuta,
    Juta zoga la kudumu, dumu bila kujivuta,
    Vuta mambo ufahamu, hamu ya mambo kutweta,
    Tweta tamu ya hatamu, tamu letayo matata.

3. Dunia ya udhalimu, limulimu sofukuta,
    Kuta watu wa elimu, limu wamezipakata,
    Kata haramu dhalimu, limulikalo ufuta,
    Futa tamu ya hatamu, tamu letayo matata.

4. Tamu kizidi utamu, tamu siyo tamu hata,
    Hata tamu ilo humu, humu mnamopaota,
    Ota kwa mang`amung`amu, ng`amua kwa kufuata,
    Fuata tamu hatamu, tamu letayo matata.

5. Mwonja ajua utamu, tamu ya muwa huteta,
    Teta nono hukumu, hukumu ya kujileta,
    Leta tamu yenye sumu, sumu ya kumetameta,
    Metameta ya hatamu, tamu letayo matata,

6. Utamu ni chakaramu, karamu yenye matata,
    Tata letayo haramu, ramuramu yawakata,
    Katakata ukarimu, karimu watu kitita,
    Tita tamu la hatamu, tamu letayo matata.

7. Utamu ni uhasimu, hasimu nalofukuta,
   Fukuto la urasimu, rasimu ya kuchakata,
   Kata neno kiisimu, simulizi ya kufuata,
   Fuata tamu hatamu, tamu letayo matata.

8. Tamu ni kitimutimu, timu lojaa ukata,
   Ukata wenye wazimu, wazimu anayeng`ata,
   Ng`ata mng`ato lazimu, lazimu mate kufyata,
   Fyata tamu ya hatamu, tamu letayo matata.

9. Tamu kama jehanamu, hanamu yenye ukuta,
   Kuta kavu la ugumu, gumu mithili ya kota,
   Kota mwenye majukumu, jukumu lenye kusota,
   Sota tamu ya hatamu, tamu letayo matata.

10. Tafakarini utamu, utamu huu wa uta,
    Uta kohozi la pumu, pumuo chafu la bata,
    Bata tamu kama ndimu, ndimu tunda la limbwata,
    Limbwata tamu hatamu, tamu letayo matata.

Fikra Hai

Oliva Yohana

Bi. Oliva Yohana ana umri wa miaka 25. Ni mkazi mkoa wa Tabora, Ni mwanafunzi wa Chuo Kikuu cha Dar es Salaam. Ni miongoni mwa washiriki wa Tuzo ya Ebrahim Hussein msimu wa pili -2015/16 wa kundi la pili la watunukiwa wa vyeti.

1. Kwanzia Kusadikika, ni gumzo,
   Mpaka Kufikirika, ina tuzo,
   Ni vipi uliandika, muongozo,
   Shabaan Robert.

2. Sitaki kuhadithiwa, na yeyote,
   Vipi ulifanikiwa, sema vyote,
   Marimba ya Majaliwa, nchi yote,
   Edwin Semzaba.

3. Ule Moto wa Mianzi, si utani,
   Wabainisha majonzi, we fanani,
   Yatudondosha machozi, hadharani,
   Mgyabuso Mulokozi.

4. Nipeni namba ya simu, nimpigiye,
   Kwangu namwita mwalimu, anambiye,
   Lile Joka la Mdimu, yupi ndiye?
   Abdallah Saffari.

5. Kipi ulifikiriya, mwazuoni,
   Hadi kutuandikiya, ya moyoni,
   Wanja wa Fujo Duniya, i imbiyoni,
   Eupharase Kezilahabi.

6. Yabidi nikutafute, nielewe,
   Ufafanuzi nipate, wa mwenyewe,
   Ile Vuta N'kuvute, yako wewe,
   Adam Shafi.

7. Mefanya nifatiliye, tangu dogo,
   Kusoma niirudiye bila zogo,
   Watoto Ma' N'tiliye, ndugu Mbogo,
   Emmanuel Mbogo.

8. Ile Safari ya Chinga, meisoma,
   Nipe kama una kinga, ya kukoma,
   Vijana wengi kupinga, ukulima,
   Shani Omari.

9. Kwa kweli upo timamu, kiwandishi,
   Mashairi ni matamu, yashawishi,
   Diwani ya Chungu Tamu, inaishi,
   Theobald Mvungi.

10. Nakufwata visiwani, nipe kunga,
    Hata vipande jamani, tutaviunga,
    Kuhusu yako diwani, ya Kimbunga,
    Haji Gora.

MISELE

KIJA SHIDA

Kija Shida ana umri wa miaka 23. Ni Mkazi wa mkoa wa Shinyanga, wilaya ya Bariadi. Ni mwanafunzi wa shahada ya sanaa katika elimu, Chuo Kikuu cha Dodoma. Kija ni miongoni mwa washiriki wa Tuzo ya Ebrahim Hussein msimu wa pili -2015/16 wa kundi la pili la watunukiwa wa vyeti. Kija Shida ni mwandishi wa ushairi, riwaya na hadithi fupi na ana mswada wa ushairi ambao haujachapishwa bado.

1. Suruali ulivaa, tena kwa vigelegele,
   Suruali kanuia, yu itang`ara milele,
   Suruali mwelemea, kaitupilia kule,
   Suruali kuivaa, ujipange vilevile.

2. Kofia tena kavaa, looo! Ndugu salale,
   Kofia nayo kavua, kamwendo ni kalekale,
   Kofia jitundikia, sehemu chafu salale,
   Kofia kuivaa, ujipange vilevile.

3. Koti pia kalivaa, akidhani kuna pole,
   Koti likavimba pia, akaliachia kule,
   Koti lilijichokea, likimhitaji misele,
   Koti ndugu kulivaa, ujipange vilevile.

4. Kanzu tena kaivaa, ajaribu nako kule,
   Kanzu kashindwa kufua, Misele katupa kule,
   Kanzu `lianza kulia, kisa chanzo ni misele,
   Kanzu swahiba kuivaa, ujipange vilevile.

5. Shati tena kavaa, kujionyesha mpole,
   Shati kuzidiwa sheria, likakimbilia kule,
   Shati akaliachia, kisa matumizi tele,
   Shati misele kuvaa, ujipange vilevile.

6. Miwani tena kavaa, lengo atazame mbele,
   Miwani jipasukia, chanzo utunzaji bule,
   Miwani karusha paa, huku katoa jichole,
   Miwani kweli kuvaa, ujipange vilevile.

7. Nami nakupa wosia, takuokoa milele,
   Andaa uchumi pia, kijamii vilevile,
   Akili nzuri tumia, utafutapo mkole,
   Subira yaleta nia, nia loponya vipele.

8. Kuoa si kutania, tamati hilo Misele,
   Kuoa kujiandaa, kijana elewa vile,
   Kuoa ukiamua, usikurupuke Mwanashole,
   Kuoa kujiandaa, si maneno mengi vile.

KANGA YA MAMA

FANDE MSAFIRI

*Fande Msafiri ana umri wa miaka 26. Ni mkazi mkoa wa mkoa wa
Mara, wilaya ya Bunda. Ni mwanafunzi wa shahada ya kwanza
katika Chuo Kikuu cha Dar es Salaam. Ni miongoni mwa washiriki
wa Tuzo ya Ushairi ya Ebrahim Hussein msimu wa pili -2015/16 wa
kundi la tatu la waliotambuliwa kwa heshima.*

1. Mama yetu wa zamani, tangu giza litoweke,
   Kanga yake ya zamani, viraka vyote ni vyake,
   Kanga yake ya thamani, nasi mashahidi wake,
   Mkubwa ameamua, kanga tuibadilishe.

2. Aliwapa majukumu, walio wa chini yake,
   Wakachukua hatamu, kila mtu ahusike,
   Kwa mioyo yenye hamu, kanuni wakaziweke,
   Mkubwa ameamua, kanga tuibadilishe.

3. Yathemanini na tatu, bora wao kutumia,
   Wakatuvuta makwetu, maoni yetu kutia,
   Waliyanukuu yetu, mkubwa kumtulia,
   Mkubwa ameamua, kanga tuibadilishe.

4. Wengi waliwakusanya, kila eneo kwa zamu,
   Mawazo yao kusanya, kanga ipi itadumu,
   Wao walichokifanya, kuwa wao si wa damu,
   Mkubwa ameamua, kanga tuibadilishe.

5. Kile walichokiwahi, wao baba tofauti,
   Mkubwa hakufurahi, zile zao tofauti,
   Ndoa ya ni sahihi, pato lake tofauti,
   Mkubwa ameamua, kanga tuibadilishe.

6. Cheti chao ndio hiki, ubishi tena acheni,
   Nasi hatubabaiki, kwa ugomvi kikaoni,
   Jibu letu ndio hiki, dua tuwaombeeni,
   Mkubwa ameamua, kanga tuibadilishe.

7. Msiwe kama Tomaso, wenye imani kidogo,
   Badilisheni na nyuso, mgawanyiko ni pigo,
   Mtakumbwa na mateso, na neema iwe pigo,
   Mkubwa ameamua, kanga tuibadilishe.

8. Kazi zetu tofauti, kila mtu ana yake,
   Wazo letu ni la dhati, mama apate kangake,
   Ukaya usewe kati, sote tusijedhurika,
   Mkubwa ameamua, kanga tuibadilishe.

9. Timbwili tieni kinga, umoja muudumishe,
   Nanyi mliojitenga, mje tuikamilishe,
   Mkubwa amewapanga, nia msibadilishe,
   Mkubwa ameamua, kanga tuibadilishe.

10. Mawazo yetu adhimu, tunaomba yasibezwe,
    Ya kwetu sisi hukumu, hata kama yapuuzwe,
    Kanga yake itadumu, ya kwetu yasipuuzwe,
    Mkubwa ameamua, kanga tuibadilishe.

WIMBO WANGU ALBINO

FILIEDA SANGA

Filieda Sanga ana umri wa miaka 24. Ni mkazi mkoa wa Dar es Salaam, wilaya ya Kinondoni. Ni mwanafunzi wa shahada ya kwanza katika Chuo Kikuu cha Dar es Salaam. Ni miongoni mwa washiriki wa Tuzo ya Ushairi ya Ebrahim Hussein msimu wa pili -2015/16 wa kundi la tatu la waliotambuliwa kwa heshima.

11. Kama mbuzi wa kafara, au gombe la mahari,
    nalia nikichochora, kifo kimenikariri,
    Kimyaa!nafichwa sura, damu chini i tiriri,
    Kifo changu chafaani, kwenye udongo mwekundu?

12. Kunichinja kama kuku, ni mzoga vichakani,
    Nitafunwe panyabuku, au samadi mbogani,
    Namuaga chausiku, alonizaa tumboni,
    Kifo unibembeleze, nichukue twende mbali.

13. Moyoni chanikeketa, makali kisu shingoni,
    Nashindwa kufurukuta, samaki nimo nyavuni,
    Kifo roho chanipwita, kisikie kwa jirani,
    Nyong'o ninanyong'onyea, chini nina kongoroka.

14. Katika mwamba mweusi, ubavu naegemea,
    Funza nao vifukusi, vitaweka mazalia,
    Miti ya mikaratusi, nayo hapo itamea,
    Kufa ni shubiri tamu, kuila tia sukari.

15. Kwenye bahari ya dhiki, nimetuama ngamani,
    Sauti yanidhihaki, wimbo wa umaskini,
    Mara fukuto la nyuki, nipelekwe kiwandani,
    Palepale msituni, mzoga natabasamu.

16. Na mizigo ya ujinga, shingo inanilemea,
    Heri kutwika mzinga, mja angenipokea,
    Wananukia wahenga, zamani nawasikia,
    Hawa leo sio wale, wale ni watu wa kwao.

17. Mbona umeota nundu, badala ya ulimbwende?
    Kwenye machweo mekundu, nakuona kwa upande,
    Mkononi una mundu, umetepeta umande,
    Kumbe akili mukichwa, miguuni makegeta.

18. Karine inasogea, umeganda palepale,
    Hurambi hata mkia, ukajitwisha mchele,
    Dhiki imekuumbua, kucha kuota upele,
    Utafika ninajua, huku nita kuuliza.

19. Lahaula! Kumbe wewe, huku nako kuna nini?
    Kwenye visiki vya mawe, wanyonge kutunyongeni,
    Leo amekuja mwewe, kifaranga kuna nini?
    Kumbe chereko msiba, matanga siku ya tatu.

20. Tambara jipya la deki, kumbe ni nguo chakavu,
    Ukumbuke mishikaki, haichomwi kwenye jivu,
    Albino ninadhiki, nalia macho makavu,
    Kufa sio kufufuka, kufa ni kuzima roho.

BILISI ATOKE

DESMOND J. HAUKILA

Desmond Joseph Haukila ana umri wa miaka 28. Ni mkazi mkoa wa Morogoro na muhitimu wa Chuo Kikuu cha Mt. Yohana. Kitaaluma yeye ni mwalimu katika shule ya sekondari Nkende wilaya ya Tarime. Desmond miongoni mwa washiriki wa Tuzo ya Ushairi ya Ebrahim Hussein msimu wa pili -2015/16 wa kundi la tatu la waliotambuliwa kwa heshima.

1. Ni wengi tu na si mmoja, toka shetani toka,
    Wavunja amani na umoja, toka shetani toka,
    Wapindisha haki na sheria, toka shetani toka,
    Mpenda maasi na maasia, toka shetani toka.

2. Dalali wa binadamu, toka shetani toka,
    Bilisi mmwagadamu, toka shetani toka,
    Mdini mwanaharamu, toka shetani toka,
    Mkabila bokoharamu, toka shetani toka.

3. Mpiga soga tu kazini, toka shetani toka,
    Kisirani wivu na mfitini, toka shetani toka,
    Mla hongo hudumani, toka shetani toka,
    Aso nidhamu kwa jamii, toka shetani toka.

4. Fisadi mfilisi nchi, toka shetani toka,
    Msinziaji pale mjengoni, toka shetani toka,
    Kichwa boga tena kiongozi, toka shetani toka,
    Asojua dira ya nchi, toka shetani toka.

5. Mvaa gwanda ngomani, toka shetani toka,
    Na maskini jeans mitaani, toka shetani toka,
    Hata vimini maofisini, toka shetani toka,
    Na suruali ziso kiunoni, toka shetani toka.

6. Mapastori waongo'ongo, toka shetani toka,
    Wanowaua hawa vibyongo, toka shetani toka,
    Watesi wa mwanangu albino, toka shetani toka,
    Mu barabarani mtoa roho, toka shetani toka.

PENDO LA KALE

IDRISA M. MASUDI

Idrisa Masudi ana umri wa miaka 21. Ni mkazi mkoa wa Dar es Salaam, wilaya ya Kinondoni na mwanafunzi. Idrisa ni miongoni mwa washiriki wa Tuzo ya Ushairi ya Ebrahim Hussein msimu wa pili -2015/16 wa kundi la tatu la waliotambuliwa kwa heshima.

1. Pendo liloupendoni, lisokwisha utamue,
   Unatambo sitirini, umeacha nichague,
   Uzuri wako thamani, si kidogo utambue,
   Nakupenda kale wangu, kipenzi cha moyo wangu.

2. Daima napata hamu, niishikapo karamu,
   Nahesabu tarakimu, mishororo tamutamu,
   Sauti yako adhimu, yanipandisha wazimu,
   Nakupenda kale wangu, kipenzi cha moyo wangu.

3. Mfanoe tangotango, la kwangu mpolepole,
   Mcheshi unamalingo, mvuto ka kolekole,
   Mwelevu si songombingo, kwa mahaba mteule,
   Nakupenda kale wangu, kipenzi cha moyo wangu.

4. Si pepo wala mzimu, husisimua mwilini,
   Usoisha tabasamu, sikuachi hasilani,
   Una manjonjo adimu, mikato ya kizamani,
   Nakupenda kale wangu, kipenzi cha moyo wangu.

5. Kale wangu si ajuza, umng'avu kama jaa,
   Mengi uliyonifunza, hakika wewe shujaa,
   Milele nitakutunza, kwenye faraja na njaa,
   Nakupenda kale wangu, kipenzi cha moyo wangu.

6. Unabeba nyingi dhima, vina vilivyotukuka,
   Vyenye kuleta heshima, na amani bila shaka,
   Nitakuenzi daima, pendo haliwezi shuka,
   Nakupenda kale wangu, kipenzi cha moyo wangu.

7. Sitochoka kukuimba, kwa msululu wa ala,
    Hata yapigwe malimba, kamwe sitoweza lala,
    Nicheze nawe sindimba, na ngoma za usambala,
    Nakupenda kale wangu, kipenzi cha moyo wangu.

8. Nijaalie karima, siku zote kukumbuka,
    Unipe nyingi hekima, fadhila kuziandika,
    Nibaki nae daima, moyoni kuburudika,
    Nakupenda kale wangu, kipenzi cha moyo wangu.

YAMKINI

NOVATH RUKWAGO

Novath Rukwago ana umri wa miaka 36. Ni mkazi mkoa wa Dar es Salaam, wilaya ya Kinondoni na kitaaluma ni mwanasheria. Novath ni miongoni mwa washiriki wa Tuzo ya Ushairi ya Ebrahim Hussein msimu wa pili-2015/16 wa kundi la tatu la waliotambuliwa kwa heshima.

1. Ni nani ameshaona, nguzo tuliposimika,
   Kwao wazee na wana, awambie tumefika,
   Tuanze kukusanyana, na vinono kuinjika,
   Ngambo yetu hatuoni, Yamkini kumekuchwa.

2. Kisomo cha waungwana, lengole kuelimika,
   Kimekuwa kukinzana, wanyonge wataabika,
   Kwa mbwembwe kusifiana, darasa likifurika,
   Ngambo yetu hatuoni, Yamkini kumekuchwa.

3. Viwanda vyetu vya zana, vimeacha kutumika,
   Hata zile karakana, hazina kuthaminika,
   Sasa zama za Mchina, mwendo wetu twasifika,
   Ngambo yetu hatuoni, Yamkini kumekuchwa.

4. Taaluma tumekana, majoho tumetundika,
   Kutwa kuchwa kushindana, Mheshimiwa spika,
   Mtaani twalumbana, vijiwe vyaongezeka,
   Ngambo yetu hatuoni, Yamkini kumekuchwa.

5. Twaapia kumenyena, kusema patachimbika,
   Kwa vikumbo kupishana, kusaka kukubalika,
   Hiari kuachiana, kwetu haijatanzuka,
   Ngambo yetu hatuoni, Yamkini kumekuchwa.

6. Salama nayo hakuna, viganja ndiyo sadaka,
   Wale tusiofanana, uhai tumewapoka,
   Tumeiviza amana, ya enzi za Tanganyika,
   Ngambo yetu hatuoni, Yamkini kumekuchwa.

7. Hili giza la mchana, nani aje kumulika,
   Aangaze kwa mapana, yote yaliyofichika,
   Uwazi bila fitina, kila nyanja mtambuka,
   Ngambo yetu hatuoni, Yamkini kumekuchwa.

8. Mchwa huyu katafuna, mtumbwi ushatoboka,
   Kwenye miradi katuna, idhini imetukuka,
   Bila tume kumbana, hajawahi kushikika,
   Ngambo yetu hatuoni, Yamkini kumekuchwa.

9. Ni nani mwenye dhamana, atoke bila tabaka,
   Kwa vitendo muungwana, aseme nakusikika
   Aondoe kusigana, mizizi ilosimika,
   Ngambo yetu hatuoni, Yamkini kumekuchwa.

10. Ni wapi tumetengana, tukaingia kichaka,
    Ni wapi tutaungana, kuitengua mipaka,
    Ni wapi twaridhiana, Misingi isomeguka,
    Ngambo yetu hatuoni, Yamkini kumekuchwa.

Zimwi

Salum M. Chivalavala

Salum Mohamed Chivalavala ana umri wa miaka 23. Ni mkazi mkoa wa Mtwara, wilaya ya Newala na kitaaluma yeye ni mwalimu na mjasiriamali. Salum ni miongoni mwa washiriki wa Tuzo ya Ushairi ya Ebrahim Hussein msimu wa pili-2015/16 wa kundi la tatu la waliotambuliwa kwa heshima.

1. Ilikuwa masihara, tukuweka akilini,
   Licha ya zake ishara, alozifanya shambani,
   Tukujua ni kafara, shamba lingie damuni,
   Shamba letu ni ngamani, zimwi lataka tupora.

2. Leo tena kwa mikwara, kaichafua amani,
   Bila kujaza shajara, kajichanganya shambani,
   Kajitwisha uimara, zao kuweka rehani,
   Shamba letu ni ngambani, zimwi lataka tupora.

3. Kwa wema inatukera, kutumegea ramani,
   Wenye shamba ni nyapara, kwa mazao ya shambani,
   Na mawe pia kapora, ana pamba masikani,
   Shamba letu ni ngamani, zimwi lataka tupora.

4. Kabla hayajawa bora, kashachumia juani,
   Tena ni mara kwa mara, anaingia shambani,
   Magamba akishakwara, ghaibu ndo kituoni,
   Shamba letu ni ngamani, zimwi lataka tupora.

5. Tangu na tangu imara, lalaghai kwa utani,
   Kichwani lina upara, latisha kiwa shambani,
   Leusi liso tijara, kilona u mashakani,
   Shamba letu ni ngamani, zimwi lataka tupora.

6. Bungoni ana ibara, kuweza kuturubuni,
   Ubaya una sitara, asipokuwa shambani,
   Utadhani mtu bora, anapokuja kuhani,
   Shamba letu ni ngamani, zimwi lataka tupora.

7. Ametutia hasara, kutudanganya hisani,
   Kwetu sasa ni sahara, hakuna maji shambani,
   Wengi wetu tunahara, vichafu vimo tumboni,
   Shamba letu ni ngamani, zimwi lataka tupora.

8. Ndugu tufanyeni shura, ukombozi tupangeni,
   Mamuzi yawe ya kura, tumtoeni shambani,
   Hakuna tena subira, chozi mejaa mtoni,
   Shamba letu ni ngamani, zimwi lataka tupora.

Mapiku

Lilanga Jeremia

Lilanga Jeremia ana umri wa miaka 25. Ni mkazi mkoa wa Mwanza, wilaya ya Busega na Mwanafunzi wa Chuo Kikuu cha Dar es Salaama. Lilanga ni miongoni mwa washiriki wa Tuzo ya Ushairi ya Ebrahim Hussein msimu wa pili-2015/16 wa kundi la tatu la waliotambuliwa kwa heshima.

1. Jahazi lipo melezi, pepo zavuma kwa kasi
   Shikilia sana shetri, Nguli kaona uduvi
   Nguruzi ipo pomoni, wa kuzibua ni nani?
   Popote utawakuta, wanasema na bahari
   Mdiria naye hayuko nyuma, nenda rudi utamkuta
   Salata kaingia, kulimega jahazi
   Mfano wa hamali kijiweni, kuambaaambaa ndio zake
   Nguruzi ipo pomoni, nani atafanya ukalafati?
   Wanakodoa macho, kama wamenyeshwa waragi
   Ngoshi nayo inameguka, usawa wa bahari
   Wamekua sombombi, jahazi latabasamu
   Nyuma mbele sakubimbi, mithili mardudi
   Siraji nayo haipo,nani wa kuiwasha?
   Kotwe nao wanaliwa...., nilikua sijui
   Salamati imedondoka, mapiku wanasairi.

2. Wamezuia sana, baraji mfano wake
   Jalidi limetanda, linaita kipupwe
   Mdumizi lawamani, mdunzi kwenye medani
   Nyuma mbele sakubimbi, haachi kugomba
   Laili wanahari, kutwa kutangatanga
   Nanga imeshatia, uledi ulingoni
   Nani hasa anamwelewa? Siahi kila mahali
   Nguruzi ipo pomoni, kama kura ya wahedini
   Wameshikilia shetri, marejeo ngamani
   Mara vilio vinasikika, PA...PA....ndio zake
   Ukimya unatawala, kuelekea miisho
   Mapambazuko yanatokea, anga la uchechea
   Nguli kaona uduvi, tunduwaa kutawala
   Jahazi linaokoka, hamali kilingeni
   Salamati imedondoka, mapiku wanasairi.

FADHAA

KUDRA ABAS

Kudra Abas ni miongoni mwa washiriki wa Tuzo ya Ushairi ya Ebrahim Hussein msimu wa pili-2015/16 ambaye shairi lake limepata fursa ya kuingia kwenye diwani hii kwa sababu ya uzito wa maudhui yake na mbinu zake za kiuandishi.

3. Linatutia fadhaa, hili halistahili,
   Chanzo ni watu kadhaa, wapendao ulamali,
   Watumikia tama, utu wameacha mbali,
   Kamwe tusitake mali, kwa kuvaa ukatili.

4. Yapi majibu kamili, ya hivi vitendawili
   Wanazidi kushamili, visa visivyo adili,
   Waliokosa fadhili, wanaviona halali,
   Kamwe tusitake mali, kwa kuvaa ukatili.

5. Walewa vyeo na mali, utu wanauhunia,
   Hadi wanachinja mili, damu ikiwarukia,
   Wanajali amuali, roho zikiwalilia,
   Kamwe tusitake mali, kwa kuvaa ukatili.

6. Hebu acha ufedhuli, ndugu yangu fikiria,
   Wewe ungekatwa mwili, vipi ungejisikia,
   Huu wote ubatili, ujinga kupindukia,
   Kamwe tusitake mali, kwa kuvaa ukatili.

7. Enyi waduma fidhuli, ni nani anawatuma,
   Mnatenda ukatili, mbona hamna huruma,
   Wenzenu mnawadhili, kuaka mali kinyama,
   Kamwe tusitake mali, kwa kuvaa ukatili.

8. Kama unataka mali, fanya kazi kihalali,
   Kila kilicho halali, jalali kakikubali,
   Jiepushe na ramli, hila hasa ukatili,
   Kamwe tusitake mali, kwa kuvaa ukatili.

9. Twavilaani vikali, vitendo vya ukatili,
   Wavitendavyo fedhuli, waliokosa akili,
   Utu tusipoujali, hatuna cha kukijali,
   Kamwe tusitake mali, kwa kuvaa ukatili.

10. Twazitaka mamlaka, zisipunguze kauli,
    Chakufanyika haraka, kisijawe uswahili,
    Ikisha kuthibitika, ifwate adhabu kali,
    Kamwe tusitake mali, kwa kuvaa ukatili.

11. Jingine la kujadili, kushirikisha ayali,
    Jamii isiwe mbali, janga hili kukabili,
    Kuachia serikali, ni uzembe kukabili,
    Kamwe tusitake mali, kwa kuvaa ukatili.

12. Naitoa tahadhari, chui hawakumbatiwi,
    Ni vyema tutafakari, waovu hawatetewi,
    Hakupunguzi hatari, kusema hatuwajuwi,
    Kamwe tusitake mali, kwa kuvaa ukatili.

HANA MWISHO MWEMA

AHMED A. ABDALLAH

*Ahmed Ally Abdallah ana umri wa miaka 21. Ni mkazi Zanzibar
na mwanafunzi wa Chuo Kikuu cha Iringa. Abas ni miongoni mwa
washiriki wa Tuzo ya Ushairi ya Ebrahim Hussein msimu wa pili-
2015/16 ambaye shairi lake limepata fursa ya kuingia kwenye diwani
hii kwa sababu ya uzito wa maudhui yake na mbinu
zake za kiuandishi.*

1. Mama kiumbe muhimu, katika yako maisha,
    Alotajwa na karimu, na hadhi kumpandisha,
    Ndio kiumbe adhimu, mwenye huba zisokwisha,
    Asomthamini mama, huwa hana mwisho mwema.

2. Ndiye aliyekubeba, miezi tisa tamia,
    Wa kumi sio wa saba, duniani kakutua,
    Kwa tabu na idhiraba, akazidi kukulea,
    Asomthamini mama, huwa hana mwisho mwema.

3. Titi lake kalitoa, chakula kukupatia,
    Kila tapo hitajia, kwa radhi akutolea,
    Na nyimbo za azalia, akiimba kwa murua,
    Asomthamini mama, huwa hana mwisho mwema.

4. Mama kateseka nawe, kutwa kucha kukulea,
    Akimuomba Molawe, akupe siha tamia,
    Inoendana na wewe, kwa urefu umria,
    Asomthamini mama, huwa hana mwisho mwema.

5. Akaongeza mahaba, elimu kutafutia,
    Usikupate msiba, wawaja walo potea,
    Kwake ikazidi huba, kuona umetulia,
    Asomthamini mama, huwa hana mwisho mwema.

6. Rohoye hairidhiki, akila takuekea,
    Hata mwiba wa samaki, bakulini tautia,
    Hataki ukwae dhiki, milele huiondoa,
    Asomthamini mama, huwa hana mwisho mwema.

7. Cha kumlipa hatuna, hata iwe ni dunia,
   Ni wa pweke Subhana, amlipaye jazaa,
   Tusifanye yasomana, kwake ikawa idhaa,
   Asomthamini mama, huwa hana mwisho mwema.

8. Acha mama awe mama, hata akiugulia,
   Tumtende yalomema, radhi tujejipatia,
   Isije kwake shutuma, adabu kumkosea,
   Asomthamini mama, huwa hana mwisho mwema.

9. Nyayo za mama ni pepo, ametamka nabia,
   Katu huipati papo, ila kwa Mola Rabia,
   Radhi tazipata hapo, wema ukimfanyia,
   Asomthamini mama, huwa hana mwisho mwema.

SAUTI YA KICHANGA

TALILA ABDALLAH

*Talila Abdallah ana umri wa miaka 26. Ni mkazi wa Iringa na
mwanafunzi wa Chuo Kikuu cha MUCE. Talila ni miongoni mwa
washiriki wa Tuzo ya Ushairi ya Ebrahim Hussein msimu wa pili-
2015/16 ambaye shairi lake limepata fursa ya kuingia kwenye
diwani hii kwa sababu ya uzito wa maudhui yake na mbinu zake
za kiuandishi. Talila mpaka sasa amekwisha andika miswada
kadhaa kama vile:- Diwani ya Chini ya Zulia, Utenzi wa Muammar
Muhammad Gaddaffi, Mtaka Nyingi Nasaba (Riwaya) na Swaumu ya
Shemeji (Tamthilia).*

1. Mwanadamu mwanadamu, kwa nini hauna utu?
   Tena una nyingi hamu, uue upate vitu,
   Hujali uzito damu, maisha kama viatu,
   Thamani na umuhimu, wa wenzio siyo kitu,
   Mwanadamu mwanadamu, kwa nini hauna utu?

2. Ajali watekeleza, upate wingi wa mali,
   Wogopi wala kuwaza, kuwa nyote ni halali,
   Wengine wawapuuza, kwa kuwa hawana mali,
   Masikini wafukuza, kwa matusi makali,
   Mwanadamu mwanadamu, kwa nini hauna utu?

3. Wizi kwako karama, kwa wageni na wenyeji,
   Hufikiri washika'ma, watimiza mahitaji,
   Wengine 'wapa kuhama, uimarishe mitaji,
   Wengine wana mahema, umewanyima witaji,
   Mwanadamu mwanadamu, kwa nini hauna utu?

4. Wengi unawapoteza, kwa kujita mtukufu,
   Kanisani waongoza, kwa wingi udanganyifu,
   Midomoni umeoza, hamjambo kujikifu,
   Misingi waibeza, umekalia minofu,
   Mwanadamu mwanadamu, kwa nini hauna utu?

5. Nimekuumbeni mbele, upendo nikakujaliza,
   Sasa meota upele, mwenzako wamuumiza,
   Umwonei hata pole, wazidi kumuumiza,
   Uliyoshika siyo ule, msingi nilopuliza,
   Mwanadamu mwanadamu, kwa nini hauna utu?

6. Nimekupanda tiifu, sasa hujali wakubwa,
   Warudia maradufu, afadhali tena mbwa,
   Kila jambo ni pujufu, kinywako kina uvumbwa,
   Moyoni hauna hofu, matendo mithili jibwa,
   Mwanadamu mwanadamu, kwa nini hauna utu?

7. Maalbino waua, kidanganyikia mali,
   Hauna cha kubagua, hutafuti cha halali,
   Uchawi umekulia, hakuna cha afadhali,
   Wadhani wajipatia, kumbe ni chako kibali,
   Mwanadamu mwanadamu, kwa nini hauna utii?

8. Matendo yako tiketi, ya kukikalia kiti,
   Angalia tavyoketi, afadhali kwenye kuti,
   Japo ni cha enzi kiti, matendoyo kizingiti,
   Punguza sana ukuti, matendoko kibiriti,
   Mwanadamu mwanadamu, kwa nini hauna utii?

9. Umeumbwa kwa mfano, na ufanano nilivyo,
   Kawa makubaliano, viumbe vyote vilivyo,
   Uachie malumbano, tawala kama zilivyo,
   Kanuni maridhiano, kama mbinguni palivyo,
   Mwanadamu mwanadamu, kwa nini hauna utii?

UKWELI

IDRISA H ABDULLAH (Malenga wa Uroa)

*Idrisa H. Abdulla ana umri wa miaka 46. Ni mkazi wa Bubu,
Zanzibar. Idrisa ni miongoni mwa washiriki wa Tuzo ya Ushairi ya
Ebrahim Hussein msimu wa pili-2015/16 ambaye shairi lake limepata
fursa ya kuingia kwenye diwani hii kwa sababu ya uzito wa maudhui
yake na mbinu zake za kiuandishi.*

1. Ukweli ukidhihiri, uongo unajitenga,
    Waongo huwaadhiri, wabaya huwasimanga,
    Hata walojifahari, huonekana wajinga,
    Ukweli dira kamili, gizani hutuondoa.

2. Ukweli huleta shwari, wanafiki huwagonga,
    Waungwana huukiri, hawawezi kuupinga,
    Kama hauna dosari, mambo hautayazonga,
    Ukweli dira kamili, gizani hutuondoa.

3. Ukweli ndio johari, hung'ara unapotinga,
    Wanyonge huwasitiri, huwaondolea majanga,
    Waovu wapenda shairi, huyakosa ya kulonga,
    Ukweli dira kamili, gizani hutuondoa.

4. Ukweli ni utajiri, kwa watu hutoa mwanga,
    Daima huzaa kheri, hushindwa wenye kunanga,
    Huikimbiza hatari, watu mbele wanasonga,
    Ukweli dira kamili, gizani hutuondoa.

5. Ukweli unapojiri, hunywea Wanaoringa,
    Huish avyao viburi, kwa heshima hujipanga,
    Hata walo majusuri, hua kama vifaranga,
    Ukweli dira kamili, gizani hutuondoa.

6. Ukweli ukinawiri, chuki inapigwa panga,
    Upendo unakithiri, watu udugu huunga,
    Fitina hutahayari, hubaki kumangamanga,
    Ukweli dira kamili, gizani hutuondoa.

7. Ukweli kwa matajiri, heshima kwao hujenga
   Wenye choyo hughairi, hujuma walizopanga,
   Wanasalimu amri, kweli inapowatwanga,
   Ukweli dira kamili, gizani hutuondoa.

8. Ukweli kama sukari, wameusifu wahenga,
   Lakini huwa shubiri, kwa haki wanaovunga,
   Hufichua zao siri, kikawakumba kimbunga,
   Ukweli dira kamili, gizani hutuondoa.

9. Ukweli kwa askari, pingu watu mnofunga,
   Ukweli kwa wahubiri, waumini mnochunga,
   Utumieni vizuri, kweli haitowazonga,
   Ukweli dira kamili, gizani hutuondoa.

10. Ukweli kwa washairi, vina mnovipanga,
    Ukweli kwa majasiri, mnojitoa muhanga,
    Kaeni mtafakari, tusiwe twatangatanga,
    Ukweli dira kamili, gizani hutuondoa.

NIMECHOKA KUWA PUNDA

FARAJI AHMED

Faraji Ahmed ni miongoni mwa washiriki wa Tuzo ya Ushairi ya Ebrahim Hussein msimu wa pili-2015/16 ambaye shairi lake limepata fursa ya kuingia kwenye diwani hii kwa sababu ya uzito wa maudhui yake na mbinu zake za kiuandishi.

1. Nimechoka kuwa punda, na mzigo sio wangu
   Mzigo umenishinda, natua begani mwangu,
   Ingawa nilijipinda, zimeshindwa nguvu zangu,
   Sijutii ninenayo, yanatoka mtimani.

2. Sirejei kukupenda, naukanya moyo wangu,
   Moyo wangu wanidunda, wachochonda mwili wangu,
   Haliliki la kuvunda, sitii kinywani mwangu,
   Sijutii ninenayo, yanatoka mtimani.

3. Kwa dhati nilikupenda, shahidi ni moyo wangu,
   Chochote ulichopenda, nilikupa nyonda wangu,
   Likupenda langu tunda, uliridhi moyo wangu,
   Sijutii ninenayo, yanatoka mtimani.

4. Kaumba wivu Jalali, kwa kila anayependa,
   Anao kila lijali, kuchangia sitopenda,
   Kukupenda ni muhali, ninachelea kukonda,
   Sijutii ninenayo, yanatoka mtimani.

5. Akili haijalala, na mwili haujajchoka,
   Sitokumbuka fadhila, hisani imenitoka,
   Nimedhila sitokula, makombo nimeyachoka,
   Sijutii ninenayo, yanatoka mtimani.

6. Mke kuwa na mitala, ndio kwanza ninaona,
   Waume kututawala, kioja ninakiona,
   Najitoa sitokula, na wala kinyongo sina,
   Sijutii ninenayo, yanatoka mtimani.

7. Natoka mtandaoni, nasimama njia kuu,
   Kuchepuka sitamani, yasinifike makuu,
   Kinyuri wangu wa ndani, ndiye mganga mkuu,
   Sijutii ninenayo, yanatoka mtimani.

8. Japo nzi akipenda, hufia kwenye kidonda,
   Ninachelea kukonda, kukohoa na vidonda,
   Mapenzi yameshavunda, nanyongea kukupenda,
   Sijutii ninenayo, yanatoka mtimani.

9. SIREJEI NIMEKOMA, naapa kwa Mola wangu
   Siyatazami ya zama, naganga ya mbele yangu,
   Zimekwisha zako zama, zama za fungate langu,
   Sijutii ninenayo, yanatoka mtimani.

10. Nimerejesha amani, ilopotea nyumbani,
    Nimechomoka motoni, nimebarizi peponi,
    Nanawirika mwilini, na furaha mtimani,
    Sijutii ninenayo, yanatoka mtimani.

Mauaji ya Albino

Faidha Ahmed

*Faidha Ahmed ni miongoni mwa washiriki wa Tuzo ya Ushairi ya
Ebrahim Hussein msimu wa pili-2015/16 ambaye shairi lake limepata
fursa ya kuingia kwenye diwani hii kwa sababu ya uzito wa maudhui
yake na mbinu zake za kiuandishi.*

1. Haiwi haitokuwa, ni mawazo ya kijinga,
   Natongoa haijawa, akili haijajenga
   Albino kuuwawa, viungo kuvicharanga,
   Huwezi kupata mali, kwa kuua albino.

2. Akili za upotofu, ukatili utishao,
   Uwaue bila hofu, kila usiku uchao,
   Uhayawani upofu, kwa viumbe tupitao,
   Huwezi kupata mali, kwa kuua albino.

3. Ni uvivu wa kuwaza, akili zilizolala,
   Nonya hamtoweza, acheni yenu madhila,
   Bure mnajipoteza, zina mwisho zenu hila,
   Huwezi kupata mali, kwa kuua albino.

4. Mwajitia majinuni, dhahiri mmepotea,
   Mnatamba duniani, maisha kuwatishia,
   Sasa tumewabaini, mtaibeba kadhia,
   Huwezi kupata mali, kwa kuua albino.

5. Ni ukatili wa zama, walioishi zamani,
   Walioshusha zahama, watu kuwa mashakani,
   Zimepita zao zama, waliishi ujingani,
   Huwezi kupata mali, kwa kuua albino.

6. Haiwi haitokuwa, si weledi ni ujinga,
   Si sawa ninatongoa, kwa akili ilojenga,
   Hawachelei kuua, na viungo kuvitenga,
   Huwezi kupata mali, kwa kuua albino.

7. Wameshapita wa kale, waloishi bila dini
Waliabudu ya kale, ni sawa na hayawani,
Mabaya maisha yale, yamepita duniani,
Huwezi kupata mali, kwa kuua albino.

8. Kama mnataka mali, walishanena zamani,
Si lazima twende mbali, yapatikana shambani,
Sio kupiga ramli, na kulala kitandani,
Huwezi kupata mali, kwa kuua albino.

9. Na waganga nawaonya, wanaopiga ramli
Acheni kuwadanganya, kuwarubuni akili,
Dola sasa yawakanya, kifo kitakikabili,
Huwezi kupata mali, kwa kuua albino.

10. Komeni waja komeni, sheria ziheshimuni,
Na serikali lindeni, haki zao watu duni,
Watieni hatiani, wauwao waueni,
Huwezi kupata mali, kwa kuua albino.

Tunda Limekwishaiva Mlaji Alihadaa

Juma Ahmed

*Juma Ahmed ni miongoni mwa washiriki wa Tuzo ya Ushairi ya
Ebrahim Hussein msimu wa pili-2015/16 ambaye shairi lake limepata
fursa ya kuingia kwenye diwani hii kwa sababu ya uzito wa maudhui
yake na mbinu zake za kiuandishi.*

1. Naisalim kaumu, natimiza itifaki,
   Na mimi binadamu, nimembwa makhuluki,
   Naianza kazi ngumu, naomba mniafiki,
   Tunda limekwishaiva, mlaji alihadaa.

2. Tunda hili la kudumu, livumwalo kila wiki,
   Bila hata wahudumu, mavuno huwa lukuki,
   Siwezi kujidhulumu, kulima nitashiriki,
   Tunda limekwishaiva, mlaji alihadaa.

3. Ladha ya tunda ni tamu, kama asali ya nyuki,
   Lazima utabasamu, Mungu kaleta riziki,
   Tena halina msimu, hela ndogo wamiliki,
   Tunda limekwishaiva, mlaji alihadaa

4. Wengi walinilaumu, kwengine halishikiki,
   Kama huna hela ngumu, au kazi ya kibenki
   Kwako wewe ni haramu, mdomoni halifiki
   Tunda limekwishaiva, mlaji alihadaa.

5. Wapo wanolihishimu, wasopenda ushabiki,
   Hili tunda chakaramu, wasomi wamepaniki,
   Askofu esilimu, harufu ilimdhiki,
   Tunda limekwishaiva, mlaji alihadaa.

6. Jamii zetu za humu, visiwani hazitaki,
   Kutafuta la kudumu, soko japo Mozambiki,
   Tukauze kwa madumu, uchumi kuumiliki,
   Tunda limekwishaiva, mlaji alihadaa.

7. Mgeni wetu adhimu, na nyote mloshiriki,
   Tuiekeni hukumu, kwa yeyote mnafiki,
   Atakayelihujumu, Mola atampa dhiki,
   Tunda limekwishaiva, mlaji alihadaa.

8. Wenye mkono mgumu, kazi kwenu imebaki,
   Lisije pakazwa sumu, likatutia hilaki,
   Sisi sote ni wa damu, maisha twastahiki,
   Tunda limekwishaiva, mlaji alihadaa.

9. Yailahi ya karimu, waja wako tunadhiki,
   Tunabeba majukumu, chajio hatumiliki,
   Tunda letu maalumu, hatulitendei haki
   Tunda limekwishaiva, mlaji alihadaa.

10. Mwisho natoa salaamu, Rabi mpe taufiki
    Kwa ndugu Ibrahimu, katufanya marafiki,
    Mjaze nyingi elimu, kama shimo la handaki,
    Tunda limekwishaiva, mlaji alihadaa.

MAUAJI YA ALBINO

AIM B. ANTHONY

Aim Bora Anthony ana umri wa miaka 47. Ni mkazi wa Usa-River. Kitaaluma yeye ni mwalimu. Aim ni miongoni mwa washiriki wa Tuzo ya Ushairi ya Ebrahim Hussein msimu wa pili-2015/16 ambaye shairi lake limepata fursa ya kuingia kwenye diwani hii kwa sababu ya uzito wa maudhui yake na mbinu zake za kiuandishi.

1. Watu wote Tanzania, ghuma limetuvamia,
   Ukwasi wamepania, mnyela kumuwania,
   Mauaji kuvamia, madaraka ng'ang'ania,
   Shufaka kwa albino, mauaji sasa basi.

2. Ni gharika la kutisha, ghuma hili kwa hakika,
   Viongozi hangaisha, tiba yake kuisaka,
   Sitoshe latatanisha, la enea kwa haraka,
   Shufaka kwa albino, mauaji sasa basi.

3. Janga hili mashakani, maelfu wapotea,
   Ukwenzi la umaskini, jamii kujitetea,
   Wakimbia maskani, viungo kutopotea,
   Shufaka kwa albino, mauaji sasa basi.

4. Ukwasi ni wa kinyama, wa viungo kutumiwa,
   Ni kukosa taaluma, inafaa kukimbiwa,
   Mganga hana huruma, wachawi wanadhaniwa,
   Shufaka kwa albino, mauaji sasa basi.

5. Albino ndugu zetu, ni nani anawaua,
   Hawa pia ndugu zetu, kila siku wapungua,
   Tanzania ndio kwetu, hayafai kufunua,
   Shufaka kwa albino, mauaji sasa basi.

6. Muhimu kujitokeza, na kusema yalo kweli,
   Kufungiwa magereza, wote kubanwa kikweli,
   Malengo kutekeleza, tuepukeni ajali,
   Shufaka kwa albino, mauaji sasa basi.

7. Beti zangu nimetoa, muhimu fuatilia,
   Maoni nimeyatoa, serikali zingatia,
   Mashahidi wajitoa, jamii kutotulia,
   Shufaka kwa albino, mauaji sasa basi.

Tumekosa Nini?

Eliya Atanas (Duke Perfect)

*Atanas Elia ana umri wa miaka 20. Ni mkazi wa Mbeya na
mwanafunzi wa kidato cha sita, Mbeya shule ya sekondari. Atanas
ni miongoni mwa washiriki wa Tuzo ya Ushairi ya Ebrahim Hussein
msimu wa pili-2015/16 ambaye shairi lake limepata fursa ya kuingia
kwenye diwani hii kwa sababu ya uzito wa maudhui yake na mbinu
zake za kiuandishi.*

8. Kokoriko himahima, kamateni zenu sime,
    Pambaneni kujituma, nafsi zenu ziwaume,
    Janga hili linauma, utu nao tuupime,
    Tumekosa nini?

9. Uvundo huu wanuka, kila mtu ashituka,
    Kina juha wahusika, waua wote kwa rika,
    Albino wateseka, uoga umewashika,
    Tumekosa nini?

10. Si twalala uvunguni, hofu kukatwa viungo,
    Panga lenu mkononi, mwavunja yetu milango,
    Makali kwetu mwilini, kwa ramli za uongo,
    Tumekosa nini?

11. Nasi ni watu jamani, huruma ziwatawale,
    Na wenu umasikini, hajangani na tungule,
    Jitumeni makazini, maisha tusonge mbele,
    Tumekosa nini?

12. Uhuru wetu gizani, hofu yatanda myoyoni,
    Hatujui ni kwa nini, tunawindwa maishani,
    Ya kwetu ngozi mwilini, twaingia mashakani,
    Tumekosa nini?

13. Twasikia ni tama, utajiri madaraka,
    Wenzeni tumeshangaa, hii siri kufichuka,
    Hili kwetu ni balaa, mauaji kusikika,
    Tumekosa nini?

14. Wanga acheni uongo, ramli weka pembeni
    Fungueni na milango, ya upendo maishani,
    Tuyafikie malengo, ya kuishi kwa amani,
    Tumekosa nini?

15. Sheria kali zitungwe, mlio madarakani,
    Albino tukalindwe, mjini na vijijini,
    Wauaji watafutwe, peupe na vichakani,
    Tumekosa nini?

16. Ile ni rangi si kitu, Tuna vichwani wanazo,
    Sio wanyama ni watu, ramli nazo ni chanzo,
    Kamateni na mitutu, tuleteni makatazo,
    Tumekosa nini?

17. Njooni tushikamane, nanyi mlio na seli,
    Mitaa tuandamane, kupinga hizi ramli,
    Kwa pamoja tuzikane, kuzitupilia mbali,
    Tumekosa nini?

Sumu ya Kila Muovu

Athman O. Babari

Athmani Omari Babari ana umri wa miaka 25. Ni mkazi wa mkoa wa Tanga, wilaya ya Korogwe na mwanafunzi wa Chuo Kikuu cha Dar es Salaam. Athmani ni miongoni mwa washiriki wa Tuzo ya Ushairi ya Ebrahim Hussein msimu wa pili-2015/16 ambaye shairi lake limepata fursa ya kuingia kwenye diwani hii kwa sababu ya uzito wa maudhui yake na mbinu zake za kiuandishi.

1. Imenifika huzuni, kumbe maumivu raha
   Nifanyeni masikini, rudishe yangu maeko
   Japo bado ni ndakini, fikara zingali teke
   Ni kweli ninaamini, sumu ya kila muovu.

2. Mimi ni mtu makini, lisikika mzingani
   Kakupa yetu imani, kijua leta uhondo
   Mefika kule dukani, mepiga tembo kwa bua
   Ni kweli nimeamini, chanzo cha yote maovu.

3. Maji hakuna nyumbani, mithili ya kalahari
   Walioko darasani, mimba za chuki zatungwa
   Gomo baridi wodini, wazazi lazima wafe
   Ukweli nimeamini, si tunu ya kila mtu.

4. Tatizo si hawa nyani, hata wasomi vyuoni
   Palizi miti mwituni, kukariri si elimu
   Ni dhambi ya asilani, lipinga mwana Burito
   Ukweli nimeamini, sumu ya kila maovu.

5. Kiswahili mekosani,kutolea maarifa,
   Fahari yetu nyumbani, wageni wasituzike,
   Lugha ngeni siasani, mbinu ya udanganyifu,
   Ukweli ninaamini, sumu ya kila muovu.

6. Kamwe havitangamani, siasa na taaluma,
   Kama kabila na dini, siasa chazo vitani,
   Kila kundi mipangoni, kuyatafuta mashiko,
   Amani hipatikani, kwa ubaguzi wowote

7. Tumwage mboji shambani,mbegu ya kweli tamea
   Mbivu na mbichi bayani, jamii inufaike
   Elimu iwe makini, moyo taifa shababi
   Sizamishwe baharini, mtumbwi ungali nao.

8. Jua tauma moyoni, maana sifa ya kweli
   Nawaomba samahani, mapapa nilowagusa
   Kuwaita uongoni, ngekosea utakaso
   Sikusuru abadani, ukweli natupupie.

Sura Sita za Kitabu

Mtila Bahati

Mtila Bahati ana umri wa miaka 23. Ni mkazi wa Mwanza, na mwanafunzi. Mtila ni miongoni mwa washiriki wa Tuzo ya Ushairi ya Ebrahim Hussein msimu wa pili-2015/16 ambaye shairi lake limepata fursa ya kuingia kwenye diwani hii kwa sababu ya uzito wa maudhui yake na mbinu zake za kiuandishi.

Utangulizi

Haya shime piga konde, mambo sasa kuandika,
Mithili maji mbande, yanotaka kumwagika,
Natanguli....chondechonde, sura sita bila shaka
Lengo kinyume cha mwande, uwanja uje safika,
Tupambane tuyashinde, ili tuje heshimika,
Sura sita kila pande, zimenena bila shaka,

Sura ya kwanza

Yarabi nipe imani, sura hii kueleza,
Yanofanywa sakafuni , mimi yananishangaza,
Na vifo vya hadharani, albino wapoteza,
Ni dhambi iso kifani, nchi twaitelekeza,
Tupambane kwa yakini, kwa umoja tutaweza,
Tudumishe na amani, na sifa kuendeleza,
Tuzidishe ikisiri, tokomeza mauwaji.

Sura ya pili

Sura hii si sharifu, inaitwa "ugaidi"
Sura hii si nadhifu, kueleza imebidi,
Nchi wazifanya chafu, mwanadamu makusudi,
Kuua kwa israfu, duniani kumezidi,
Afrika sasa hofu, mashariki ni zaidi,

Tuwatoe waarifu, tupambane kwa jihadi,
Afrika iwe safi, iwe safi na nadhifu.

Sura ya tatu

Haya shime kwa salamu,hii sura ni makini,
Ina mambo ya muhimu, yalo bora na thamani,
Haya mambo ya kalamu, hayaitaji umbini,
Yanahitaji nidhamu, pamoja na darubini,
Kutazama kufahamu, tunapanda tupo chini,
Kwa wadau na walimu, tufanye kazi nyanjani,
Tuiboreshe elimu, vizazi visipotee.

Sura ya nne

Jama sili nikashiba, natafuta koti langu,
Koti hilo ndio tiba, visiwani bara kwangu,
Kwa familia ndio baba, binadamu moyo wangu,
nikilikosa msiba, itazikwa nchi yangu,
kubwa maoni ya huba, yatoke kwako na kwangu,
tuitetee katiba, tutetee kwa uchungu,
bila katiba ni sawa, gari bila mataili.

Sura ya tano

Sura hii ya vijana, wa rika lile shufufu,
Wavulana wasichana, wahusika maarufu,
Mitandaoni kwa sana, kuperuzi picha chafu,
Matumizi yaso mana, kutumia bila hofu,
Kuna baadhi vijana, tumia kwa unadhifu,
Mambo mema kupashana, na kukemea machafu,
Ya jamii mitandao, tuitumie muruwa.

Sura ya sita

Kuna mapacha wawili, sasa wana jina moja,
Ukimuita wa pili, wanaitika pamoja,
Waliungana wawili, hivi sasa ni mmoja,
Wametoka huko mbali, waliungana kwa hoja,
Na mchanga wa halali, walichanganya pamoja,
Kulipinga jambo hili, ni hoja si kubwabwaja,
Tudumishe muungano, Tanzania songa mbele.

Hitimisho

Hitimisho langu leo, lina mambo kadhalika,
Na walio wengi wao, nahodha taka kushika,
Kutangaza nia zao, lengo chombo kupeleka,
Wananchi kazi yao, yupi safi kumuweka,
Bila kujali wa kwao, au wapi anatoka,
Kiongozi ndio ngao, ili bora imarika
Uchaguzi umefika, weka nia piga kura.

NAKUASA

YASINTA BARNABA

Yasinta Barnaba ana umri wa miaka 26. Ni mkazi wa Katesh-Hanang, Manyara na mwanafunzi wa Chuo Kikuu kishirikishi cha UDSM-DUCE. Yasinta Barnaba ni miongoni mwa washiriki wa Tuzo ya Ushairi ya Ebrahim Hussein msimu wa pili-2015/16 ambaye shairi lake limepata fursa ya kuingia kwenye diwani hii kwa sababu ya uzito wa maudhui yake na mbinu zake za kiuandishi.

1. Penzi utege sikio, kwa sauti nakuita,
   Penzi uitike wito, wa jambo linalonata,
   Penzi hili jambo zito, yatupasa kulinata,
   Penzi kwanini wewe tu, kwani wengine hawapo?

2. Penzi jinalo ni tamu, tena linamilikiwa,
   Penzi twapata hamu, akili kutawaliwa,
   Penzi ni mahamumu, gizani tumefumbiwa,
   Penzi kwanini wewe tu, kwani wengine hawapo?

3. Penzi kwa ajili yako, maisha hayana ladha,
   Penzi ikiwemo ladha'ko, siyo tamu imechacha,
   Penzi waleta misukosuko, ni mzimu huo wacha,
   Penzi kwanini wewe tu, kwani wengine hawapo?

4. Penzi umetutawala, mawazo metufumbia,
   Penzi ofsini suala, takwimu kutuharibikia,
   Penzi haujali wala, mradi haja kutimia,
   Penzi kwanini wewe tu, kwani wengine hawapo?

5. Penzi kwa wanandoa, la dhati pendo hakuna,
   Penzi mekuwa na doa, wapendanao kuzozana,
   Penzi la kweli mejitoa, mebaki kudanganyana,
   Penzi kwanini wewe tu, kwani wengine hawapo?

6. Penzi hasa la mapesa, kupata wapendi wengi,
   Penzi la kweli wakosa, wasokuwa na shilingi,
   Penzi epuka anasa, duniani kuna mengi,
   Penzi kwanini wewe tu, kwani wengine hawapo?

7. Penzi unathaminiwa, utokeapo kwa uhalali,
   Penzi unalaaniwa, utokeapo kwa ubatili,
   Penzi unatuhumiwa, ujifunze maadili.
   Penzi kwanini wewe tu, kwani wengine hawapo?

Kiswahili si Chotara.

Jacob N. Chenga

Jacob Norbert Chenga ana umri wa miaka 24. Ni mkazi wa Katesh-Hanang, Manyara na mwanafunzi wa chuo cha diplomasia cha kimataifa Dar es Salaam. Jacob Chenga ni miongoni mwa washiriki wa Tuzo ya Ushairi ya Ebrahim Hussein msimu wa pili-2015/16 ambaye shairi lake limepata fursa ya kuingia kwenye diwani hii kwa sababu ya uzito wa maudhui yake na mbinu zake za kiuandishi.

1. Shukrani kwake Mungu, afya kututunukia,
   Pindi tuonjapo chungu, tau yake hutugea,
   Natumia lugha yangu, zake sifa kumgea,
   Kiswahili si chotara, bali lugha asilia.

2. Kiswahili lugha yetu, asilie mbali sana,
   Chimbuko lake kibantu, kikakua na kufana,
   Walipokutana watu,waku sita semezana,
   Kiswahili si chotara, bali lugha asilia.

3. Kiswahili si chotara, bali lugha asilia,
   Kupitia biashara, maneno ili kwapua,
   Ikiwa lugha imara, pande zote kuenea,
   Kiswahili si chotara, bali lugha asilia.

4. Walitujia wageni, wa mashariki ya mbali,
   Kabla ya wakoloni, kutujia kwa ukali,
   Walikuta tamaduni, ya kusema Kiswahili,
   Kiswahili si chotara , bali lugha asilia.

5. Kiswahili kimetanda, na kueneza miakia,
   Kinasemwa na Waganda, na hata wakongo pia,
   Kinatumiwa Rwanda, pamoja na Tanzania,
   Kiswahili si chotara, bali lugha asilia.

6. Lugha yetu ni tajiri, hasa kwa misamiati,
   Kwa semi na ushairi, yazidi kupanda chati,
   Yatamkika vizuri, kwa wakubwa na wakati,
   Kiswahili si chotara, bali lugha asilia.

7. Ili jikita mizizi, na salama kuenea,
   Wabara na majahazi, maneno walichangia,
   Zimepita nyingi enzi, nasi leo twaongea,
   Kiswahili si chotara, bali lugha asilia.

8. Tuipende lugha yetu, nyengineyo hatunayo,
   Ndo utambulisho wetu, tukienda kwengineyo,
   Tutangaze lugha yetu, tusi ifanyie choyo,
   Kiswahili si chotara , bali lugha asilia.

9. Lugha yangu Kiswahili, mimi nakupenda sana,
   Hata nikienda mbali, sita sita kukunena,
   Najisikia fahali, nikipita kukunena,
   Kiswahili si chotara, bali lugha asilia.

10. Kwa lugha ya mapokeo, tarbia nakugea,
    Tunu kwako na wenzio, muweze kujisomea,
    Iwafae nyi wa leo, na wabaadae pia,
    Kiswahili si chotara, bali lugha asilia.

Embe chungu

Magembe David

Magembe David ana umri wa miaka 27. Ni mkazi wa Tabora, wilaya ya Igunga. Kitaaluma ni mwalimu. Bwana Magembe ni miongoni mwa washiriki wa Tuzo ya Ushairi ya Ebrahim Hussein msimu wa pili-2015/16 ambaye shairi lake limepata fursa ya kuingia kwenye diwani hii kwa sababu ya uzito wa maudhui yake na mbinu zake za kiuandishi.

1. Ukurasa nafungua, juu yako Embe chungu,
   Kwa chungu nayopitia, kuonja yako machungu,
   Silali nikasinzia, kuwaza yako mafungu,
   Kila siku nakuonja, kivipi nikuepuke?

2. Pa kukimbilia soni, zaidi ya mti wako,
   Kwingine napatamani, ila nimenaswa kwako,
   Sijui menipa nini, kuonja machungu yako,
   Kila siku nakuonja, kivipi nikuepuke?

3. Uchungu shinda shubiri, nendako kweli ntafika,
   Afya yangu i hatari, dhoruba ilonifika,
   Subira yavuta kheri, na kheri ishajizika,
   Kila siku nakuonja, kivipi nikuepuke?

4. Wewe embe fikiria, tulipotoka ni wapi?
   Jaribu nihurumia, nepuke hayo makapi,
   Siku nyingi naumia, mie nelekee wapi,
   Kila siku nakuonja, kivipi nikuepuke?

5. Nieleze kwa uwazi, nipokosea nijue,
   Nivae yangu mavazi, uhuru unipatie,
   Uzike yako hirizi, tamu niikumbatie,
   Kila siku nakuonja, kivipi nikuepuke?

6. Fungua yangu ridhiki, uayari uuepuke,
   Nepushe yako mikiki, langu jasho leshimike,
   Nitoe yangu hamaki, uchungu uniepuke,
   Kila siku nakuonja, kivipi nikuepuke?

7. Uchungu umenibana, kupumua ninashindwa,
   Ni muda kufarakana, tokea ulipopandwa,
   Hatuwezi kushindana, kachuma inayopondwa,
   Kila siku nakuonja, kivipi nikuepuke?

8. Ukimya nimeuvunja, niipate afadhari,
   Uache wako ujanja, nione yangu fahari,
   Ujae changu kiganja, utamu niushamiri,
   Kila siku nakuonja, kivipi nikuepuke?

9. Moyo wako wa huruma, wapi ulikouficha,
   Nikupe yako heshima, nifiche yako makucha,
   Unipe wangu uzima, uzandiki kuuacha,
   Kila siku nakuonja, kivipi nikuepuke?

10. Ukurasa naufunga, Embe hayo tathmini,
    Kwangu ndio yangu kinga, kwa kupata afueni,
    Unipe wako mzinga,wa utamu usheheni,
    Kila siku nakuonja, kivipi nikuepuke?

NAZI MBOVU

AMIRI HAMAD (DR. EMI)

Hamadi, Amiri ana umri wa miaka 26. Ni mkazi wa Tanga na mwanafunzi wa chuo Kikuu cha Mt. Agustino, mkoani Mwanza. Amiri ni miongoni mwa washiriki wa Tuzo ya Ushairi ya Ebrahim Hussein msimu wa pili-2015/16 ambaye shairi lake limepata fursa ya kuingia kwenye diwani hii kwa sababu ya uzito wa maudhui yake na mbinu zake za kiuandishi.

1. Nazi kifaa muhimu, kwa wanaopendelea,
   Hutumia wahudumu, hata majumbani pia,
   Wazee huiheshimu, huleta ladha murua,
   Niharabu ya nzima, nazi mbovu kigundua.

2. Si ya mnazi mkinda, ama uliyokomaa,
   Yaweza kutia inda, pindi unapotumia,
   Ukawacha kuitinda, japo yako mazoea,
   Niharabu ya nzima, nazi mbovu kigundua.

3. Rangiye ni ya murua, kwa macho kukuvutia,
   Waweza wacha nzima, mbovu kujinyakulia,
   Sisemi naitambua, macho ninapoitia,
   Ni harabu ya nzima, nazi mbovu kigundua.

4. Huharibu biashara, kwa wachuuzi wadogo,
   Hata kwa walahasara, na wapenda dogodogo,
   Tanga huitwa chotara, kwa rangiye ya udongo,
   Ni harabu ya nzima, nazi mbovu kigundua.

5. Ni vigumu kugundua, kwa macho kijionea,
   Jinsi ilivyo pambia, kwake itakuvutia,
   Kama ishajiozea, huwezi kuivumbua,
   Ni harabu ya nzima, nazi mbovu kigundua.

6. Waweza jua ni nazi, wanadamu nawambia,
   Wenye midomo ya wizi, yawenzao kutongoa,
   Yao yaota mizizi, kushindwa kusimulia,
   Ni harabu ya nzima, nazi mbovu kigundua.

7. Japo ulimi kiumbe, kusema yataka moyo,
   Uache kushika jembe, ukamsema mwenziyo,
   Kwa umbea na vijembe, kukalia ya wenziyo,
   Ni harabu ya nzima, nazi mbovu kigundua.

8. Kunena hukukatazwa, ila yanayokuhusu,
   Kutangaza ya wamwenza, kujifanya kama susu,
   Kama kweli wajiweza, kaseme yanokuhusu,
   Ni harabu ya nzima, nazi mbovu kigundua.

9. Mdomo katupa Mola, kwa matumizi murua,
   Ya msingi kutongola, si kila unosikia,
   Utakuja kudolola, siombe kukukutia,
   Ni harabu ya nzima, nazi mbovu kigundua.

10. Ni vigumu kutambua, walimwengu kuwajua,
    Kwa yalivyonikutia, nashindwa kusimulia,
    Sikio kuzidi kichwa, sijawahi jionea,
    Ni harabu ya nzima, nazi mbovu kigundua.

11. Sikio kaka sikia, kwani nachokuambia,
    Si kila chenye mlia, wapaswa kukisikia,
    Usikie yakufaa, moyoni kuyazuia,
    Ni harabu ya nzima, nazi mbovu kigundua.

12. Nazi waninyima raha, kwa ninavyokupendea,
    Ni wa muda sio saa, kitambo nakutambua,
    Nisiache kukushangaa, sifazo kuzisikia,
    Ni harabu ya nzima, nazi mbovu kigundua.

13. Ni vigumu kutambua, walimwengu kuwajua,
    Kwa yalivyonikutia, nashindwa kusimulia,
    Sikio kuzidi kichwa, sijawahi jionea,
    Ni harabu ya nzima, nazi mbovu kigundua.

Halahala

Emmanuel Gabriel

Emanuel Gabriel ni miongoni mwa washiriki wa Tuzo ya Ushairi ya Ebrahim Hussein msimu wa pili-2015/16 ambaye shairi lake limepata fursa ya kuingia kwenye diwani hii kwa sababu ya uzito wa maudhui yake na mbinu zake za kiuandishi.

1. Ni kweli tunamtaka, lakini twajawa shaka,
   Bado tunayo mabaka, tuliyong'atwa na nyoka,
   Aliyeumwa na nyoka, ung'ong'o anashtuka,
   Ni nyoka au samaki? asije akatung'ata.

2. Hatutaki kupotoka, kujutia tumechoka,
   Tuupate uhakika, tusijeingia chaka,
   Hekima kumakinika, wala si kuhadaika,
   Ni nyoka au samaki? asije akatung'ata.

3. Mengi yaliyotufika, wote tumeshuhudia,
   Kubwa lenye muafaka, tahadhali kuchukua,
   Si tama kuja kushika, tena likijatokea,
   Ni nyoka au samaki? asije akatung'ata.

4. Yule tulidhani njiwa, kumbe alikuwa paka,
   Sote tumeshambuliwa, na adui kwa kutaka,
   Sasa tumejeruhiwa, hatutaki ushubaka,
   Ni nyoka au samaki? asije akatung'ata.

5. Hatuhitaji ambiwa, ni nazi siyo maziwa,
   Akili tumejaliwa, kwanini kughiribiwa,
   Ni vema kujitambua, kuliko kutambuliwa,
   Ni nyoka au samaki? asije akatung'ata.

6. Tusiache upembuzi, kabla ya kuchagua,
   Tusijenuaua mbuzi, akiwa kwenye gunia,
   Tutakuwa wapuuzi, wasiojihurumia,
   Ni nyoka au samaki? asije akatung'ata.

7. Tufanyeni maamuzi, tukiwa tumetulia,
   Tukiokoe kizazi, kisije kuangamia,
   Mageuzi si hirizi, ni suala la kuamua,
   Ni nyoka au samaki? asije akatung'ata.

8. Yule tunayemtaka, awe wa kuaminika,
   Kisiwe kile kiraka, tulichokwisha kichoka,
   Tuache kulalamika, muda wa kubadilika,
   Ni nyoka au samaki? asije akatung'ata.

9. Vigezo vya kutumika, baadhi navianika,
   Wasifu usio shaka, tena uliotukuka,
   Maono ya uhakika, upendo bila dhihka,
   Ni nyoka au samaki? asije akatung'ata.

10. Ukata wa kuutaka, ni janga la kuepuka,
    Busara ikitumika, hatutapata kibaka,
    Jambo la kufarijika, upanga tumeushika,
    Ni nyoka au samaki? asije akatung'ata.

Bara Siyo Kisiwani

Giligilian George

Giligiliani George ana umri wa miaka 24. Ni mkazi wa Iringa na mwanafunzi wa Chuo Kikuu kishirikishi cha UDSM- Mkwawa, Iringa. Giligilian ni miongoni mwa washiriki wa Tuzo ya Ushairi ya Ebrahim Hussein msimu wa pili-2015/16 ambaye shairi lake limepata fursa ya kuingia kwenye diwani hii kwa sababu ya uzito wa maudhui yake na mbinu zake za kiuandishi.

1. Nchi haikosi bendera, haiwezi bila sera,
   Nchi 'kikosekana sera, haipepei bendera,
   Viongozi ndio dira, japokuwa wanapora,

2. Uraisi ndio nguzo, serikali husimama,
   Wizara ni vijiguzo, kama nyumba ina mama,
   Bunge kwayo matatizo, 'jalala umesimama,

3. Nchi haitokosa pesa, wananchi itawatesa,
   uchumi kujitikisa, kuyumbayumba kwa pesa,
   Sarafu tukizikosa, vijana hakuna posa,

4. Migogoro haiishi, serikali haitoshi,
   muungano hauishi, watake usuluhishi,
   Historia iishi, kibwagizo kihisishi,

5. Viongozi wachochezi, wazo lao hutimia,
   hujifanya wanaenzi, mkazo lao hutia,
   wao sawa na dumuzi, makazi yao 'jilia,

6. Tanga na mjerumani, zenji na mjerumani,
   lipelekwa utumwani, sote bara na pwani,
   mali zetu uzunguni, njia ni moja majini,

7. Kuandamana ni dini, kilio cha masikini,
   Mnizike kaburini, nimesema hadharani,
   Pigana uraiani, nusuriko kifungoni,
   Ni dawa nimewapeni, wakisema fukuzeni,

Kibwagizo:

Bara sio kisiwani, wanajifunzia renji.

NCHI YANGU

DAIDON E. GOMBEYE

Daidon Gombeye ana umri wa miaka 25. Ni mkazi wa mkoa wa Katavi na mwanafunzi wa Chuo Kikuu cha Tumaini, Makumira-Arusha. Daidon ni miongoni mwa washiriki wa Tuzo ya Ushairi ya Ebrahim Hussein msimu wa pili-2015/16 ambaye shairi lake limepata fursa ya kuingia kwenye diwani hii kwa sababu ya uzito wa maudhui yake na mbinu zake za kiuandishi.

1. Sijui yatoka wapi, na kwanini yatokea
   Mithili yake makapi, nashindwa kuelezea
   Mambo ya muda mfupi, kwa hakika yasumbua
   Tanzania ni ya kwetu, na itajengwa na sisi.

2. Wapo wengi wanalia, maombolezo makali
   Mateso wavumilia, wahangaika vikali
   Neema wasubiria, matarajio kwa mbali
   Tanzania ni ya kwetu, na itajengwa na sisi.

3. Twapaswa kuwa makini, tusije tukaruhusu
   Tukabaki taabuni, mfano we mahabusu
   Na tuitunze amani, tusahau katu visu
   Tanzania ni ya kwetu, na itajengwa na sisi.

4. Twamtafuta mmoja, twapaswa kushikamana
   Ni vema kunia moja, tuepuke kulumbana
   Tuache vyetu viroja, kikubwa kufundishana
   Tanzania ni ya kwetu, na itajengwa na sisi.

5. Haifai kugombana, maadili tuthamini
   Kwamba naitwa Halima, haufai Selemani
   Hebu tuyaache hima, tushikane vifuani
   Tanzania ni ya kwetu, na itajengwa na sisi.

6. Simama katika zamu, na tena itunze haki
   Uitoapo hukumu, nadhiri ikushitaki
   Sisi sote binadamu, hatuhitaji mikuki
   Tanzania ni ya kwetu, na itajengwa na sisi.

Rabi Tuvushe Salama

Ramadhani H. Haji

Ramadhani Himidi Haji ana umri wa miaka 38 na mkazi wa Zanzibar. Ramadhani ni miongoni mwa washiriki wa Tuzo ya Ushairi ya Ebrahim Hussein msimu wa pili-2015/16 ambaye shairi lake limepata fursa ya kuingia kwenye diwani hii kwa sababu ya uzito wa maudhui yake na mbinu zake za kiuandishi.

7. Bismilla nafunguka, Yakakhari Yarabuka,
   Mola uso mshirika, wa enzi ulotukuka,
   Kalamu yangu nashika, iwe sudi na Baraka,
   Kwa upondo na ukafi, Rabi tuvushe salama.

8. Mwana nimelazimika, ufukweni nadamka,
   Mapema kupambazuka, shughuli kushughulika,
   Kiwingu kimetandika, maji hwenda kumwagika,
   Kwa upondo na ukafi, Rabi tuvushe salama.

9. Kigalawa kimetweka, mkondoni kimefika,
   Mawimbi ya kuinuka, bahari imechafuka,
   Tanga nalo lachanika, vipi tutanusurika?
   Kwa upondo na ukafi, Rabi tuvushe salama.

10. Joshi imeshatoweka, safari imenyogeka,
    Sukani imepindika, dira imetuondoka,
    Ni mkasa uhakika, sadkta si dhihaka,
    Kwa upondo na ukafi, Rabi tuvushe salama.

11. Hofu kisijetoboka, karafati kuzibuka,
    Chomwe kikajageuka, chali pindu kupinduka,
    Hapo sasa ni mashaka, nani wa kulaumika?
    Kwa upondo na ukafi, Rabi tuvushe salama.

12. Hata huko tunotoka, mambo hayajageuka,
    Nahodha wa kutajika, nanga walibabaika,
    Upo hawakukumbuka, maji yao kufutika,
    Kwa upondo na ukafi, Rabi tuvushe salama.

13. Yakupwa na kupwauka, mwamba ungalikauka,
    Roho tungepapatuka, chubwi tusingechubwika,
    Sote tungesalimika, maisha kunawirika,
    Kwa upondo na ukafi, Rabi tuvushe salama.

14. Pwani kumezoeleka, huna mti wa kushika.
    Upepo wa kuvumika, Kusi Kasi kila mwaka.
    Papa kinywa chatanuka, asubiri takataka.
    Kwa upondo na ukafi, Rabi tuvushe salama.

15. Fumbo lilivyofumbika, kama mjuzi fumbuka.
    Maji kutotiririka, Ziwa lilivyoumbika.
    Si vyema mja kucheka, muda hayajakufika.
    Kwa upondo na ukafi, Rabi tuvushe salama.

16. Tata ninatatazika, Himid napumzika.
    Taabani nimechoka, mate yasije kauka.
    Mkeka chini naweka, bukheir kushuwarika.
    Kwa upondo na ukafi, Rabi tuvushe salama.

Hofu

Ally H. Kisamvu

Ally Kisamvu ana umri wa miaka 43 na mkazi wa Dar es Salaam. Ally ni miongoni mwa washiriki wa Tuzo ya Ushairi ya Ebrahim Hussein msimu wa pili-2015/16 ambaye shairi lake limepata fursa ya kuingia kwenye diwani hii kwa sababu ya uzito wa maudhui yake na mbinu zake za kiuandishi.

1. Daima siwi na hofu, hasa viwapo vimbembe,
   Nawala siji kalifu, kama vingine viumbe,
   Huo ni wangu wasifu, naufikisha ujumbe,
   Naufikisha ujumbe, huwa sitishwi na hofu.

2. Hofu kwangu ni adimu, haini kumbi ni kwambe,
   Katika yangu ighirimu, haija ni kumba ambe,
   Na siwi mastakimu, ja kabati na kikombe,
   Naufikisha ujumbe, huwa sitishwi na hofu.

3. Kamwe sitokua bunga, kuhofu ng'ombe na pembe,
   Hali twalia mpunga, na vidole tujirambe,
   Au ni hofu upanga, wa makali kila pembe,
   Naufikisha ujumbe, huwa sitishwi na hofu.

4. Wala sitokwi dovuo, kwa kunitishia wembe,
   Naufanyia chevuo, ndevu zangu nizilimbe,
   Vipi ni uhofu huo, taonekana mzembe,
   Naufikisha ujumbe, huwa sitishwi na hofu.

5. Au niu hofu mwiba, kwenye pori la mikwambe,
   Msituni ilo ziba, kupita kwake ngarambe,
   Kwa mkanyaji ni haba, kwangu hakuna kabambe,
   Naufikisha ujumbe, huwa sitishwi na hofu.

6. Ndimi mfunga mataya, nimeshamwaga usembe,
   Umekalia pabaya, utakutoka uvimbe,
   Kuhofu kwangu hekaya, zilosspita usinambe,
   Naufikisha ujumbe, huwa sitishwi na hofu.

SAFARI

JOSINA L. HAULE

*Josina L. Haule ana umri wa miaka 19 na mkazi wa Dar es Salaam.
Josina Haule miongoni mwa washiriki wa Tuzo ya Ushairi ya Ebrahim
Hussein msimu wa pili-2015/16 ambaye shairi lake limepata fursa ya
kuingia kwenye diwani hii kwa sababu ya uzito wa maudhui yake na
mbinu zake za kiuandishi.*

7. Mwenyezi twakushukuru, kwa kutuleta dunia,
    Hakika hatukufuru, nasi tunafurahia,
    Umetupa na uhuru, maisha meyapatia,
    Kila mtu atakwenda, katika hii safari.

8. Najaribu ulizia, nipate hata habari,
    Kwani ninaogopea, nikikumbuka safari,
    Lini nitaianzia, najaribu kufikiri,
    Kila mtu atakwenda, katika hii safari.

9. Kila ninapowaona, wenzangu jiondokea,
    Mawazo naulizana, wapi wanaelekea,
    Ninatamani kujua, nini kinaendelea,
    Kila mtu atakwenda, katika hii safari.

10. Safari yenye rehema, mwenyezi ameisema,
    Kila mtu huisema, si rahisi kuhama,
    Tusishike zetu tama, kumkufuru karima,
    Kila mtu atakwenda, katika hii safari.

11. Inayo mengi dunia, sawa na bahari pia,
    Yavuma na kutishia, mawimbi yenye udhia,
    Ni vigumu kutambua, muda utapo wadia,
    Kila mtu atakwenda, katika hii safari.

12. Ni wengi waliokwenda, na hakuna alorudi,
    Moyo nao wanidunda, kwani name sina budi,
    Nauliza waliokwenda, kwanini hawajarudi?
    Kila mtu atakwenda katika hii safari

13. Ni mengi nimesikia, kila mtu elezea,
    Adhabu za kutishia, mema usipotendea,
    Muumba kumrudia, pale tunapokosea,
    Kila mtu atakwenda, katika hii safari.

Tuitumie Sanaa

Saddam Hussein

Saddam Husseinni ana umri wa miaka 24, mkazi wa Mtwara-Masasi na mwanafunzi wa shahada ya kwanza Chuo Kikuu cha Dar es Salaam. Saddam ni miongoni mwa washiriki wa Tuzo ya Ushairi ya Ebrahim Hussein msimu wa pili-2015/16 ambaye shairi lake limepata fursa ya kuingia kwenye diwani hii kwa sababu ya uzito wa maudhui yake na mbinu zake za kiuandishi.

1. Tusiilete fadhaa, kwa mabaya kuyasema,
   Tuache kukihadaa, kizazi kilicho chema,
   Tusije tukajikwaa, natahadhari mapema,
   Tuitumie sanaa, kwa mambo yaliyo mema.

2. Tunaposhika kalamu, tufikiri kwa mapana,
   Tuwe na ubinadamu, weledi na uungwana,
   Tuzingatie nidhamu, tusije tukatukana,
   Tuitumie sanaa, kwa mambo yaliyo mema.

3. Sanaa inayo kazi, kimsingi zenye tija,
   Kuburudisha vizazi, hasa kwenye tafrija,
   Na kuokoa jahazi, ajira kwenye mirija,
   Tuitumie sanaa, kwa mambo yaliyo mema.

4. Kufundisha maadili, nayo dhima ya sanaa,
   Kuupinga ukatili, na maovu yalojaa,
   Kushughulisha akili, ni mengine manufaa,
   Tuitumie sanaa, kwa mambo yaliyo mema.

5. Waandishi wajikite, mazuri kuhamasisha,
   Shari wasiifuate, amani kuhatarisha,
   Mapinduzi wayalete, yale ya kunufaisha,
   Tuitumie sanaa, kwa mambo yaliyo mema.

6. Kuna mambo mengi sana, mupaswayo kuandika,
   Tena yaliyo amana, kwa jamii kadhalika,
   Yenye ujumbe wa maana, na tija ya kusifika,
   Tuitumie sanaa, kwa mambo yaliyo mema.

7. Kuufanya uchochezi, ni kuivunja amani,
   Kuchochea ubaguzi, kumkosea Manani,
   Hizo zenu bunilizi, ziwe ngao maishani,
   Tuitumie sanaa, kwa mambo yaliyo mema.

8. Hamasisheni juhudi, ya kazi pia ibada,
   Na sio kwa makusudi, dhambi kuzipa shahada,
   Waandishi hamna budi, nyinyi kuwa msaada,
   Tuitumie sanaa, kwa mambo yaliyo mema.

9. Nendeni tezi na omo, na murejee ngamani,
   Panapokuwa mgomo, mfukuzeni shetani,
   Na pia toweni somo, kwa kuitumia fani,
   Tuitumie sanaa, kwa mambo yaliyo mema.

10. Mwisho ninawauliza, tupeane ufahamu,
    Bado nipo kwenye kiza, njooni wataalamu,
    Sanaa ni miujiza, kipaji au elimu?
    Tuitumie sanaa, kwa mambo yaliyo mema.

CHOMBO KIMEZAMA

SHARIFU ISSA (CHIFU)

Sharifu Issa ana umri wa miaka 22. Ni mkazi wa Dar es Salaam na mwanafunzi wa shule ya sekondari Misitu iliyopo Dar es Salaam. Sharifu ni miongoni mwa washiriki wa Tuzo ya Ushairi ya Ebrahim Hussein msimu wa pili-2015/16 ambaye shairi lake limepata fursa ya kuingia kwenye diwani hii kwa sababu ya uzito wa maudhui yake na mbinu zake za kiuandishi.

1. Chubwi chubwi ya hatari, baharini 'mezamisha,
    Kwa kufeli yalo kheri, adhabu wajionea,
    Ni budi kutafakari, hitilafu 'potokea,
    Na hatuna tahadhari, kwa mema kuyaendea.

2. Tahadhari wasafiri, na manahodha chomboni,
    Tuchukue tahadhari, kwani tumo hatarini,
    Tuombe kila lakheri, tusikwame safarini,
    Vitendo vya kikatiri, havifai asirani.

3. Chombo majini 'mekwama, safaini bado fika,
    Matatizo ni lazima, wanadamu kuwafika,
    Tumezidisha hujuma, kila siku si pirika,
    Tuombe kwa karima, madhira 'liyotufika.

4. Hatari kubwa saana, mbele yetu yatujia,
    Usiku au mchana, yaweza kutufikia,
    Vikumbo tunapigana, usha ufukurukia,
    Tuepuke hizi zana, mwisho tusijejutia.

5. Sasa wengi 'mepotea, akili zimewaruka,
    Chombo wapi chaenda, ubavuni mepinduka,
    'Sicheze patapotea, utakosa pakutoka
    Machafu twapendelea, kwa kumuudhi Rabuka,

6. Uvumilivu ndo jema, jambo kulisubiri,
    Tusitake vya mapema, maovu kuyaendea,
    Chombo chazidi yoyoma, nani wa kutuokoa
    Matumbo yaunguruma, 'liyotujia.

7. Na wengi watapatapa, kunusuru roho zao,
   Kila mtu ana pupa, hata kama mwenye cheo,
   Waparamia mapipa, na kuwaacha wenzao,
   Wakubwa wadogo papa, wafuata vitoweo.

8. Tusilete masihara, juhudi zahitajika,
   Tusijawe na papara, ni wapi tupate shika,
   Sio ndege au vyura, huku na huko huruka,
   Tuwe wenye subira, ajalini taokoka.

DUNIA NDANI YA NYUMBA

ISSA ISIHAKA (MIGAMBA)

Issa Isihaka ana umri wa miaka 25. Ni mkazi wa mkoa wa Dar es Salaam na mwanafunzi wa Chuo Kikuu cha Dar es salaam. Issa Isihaka ni miongoni mwa washiriki wa Tuzo ya Ushairi ya Ebrahim Hussein msimu wa pili-2015/16 ambaye shairi lake limepata fursa ya kuingia kwenye diwani hii kwa sababu ya uzito wa maudhui yake na mbinu zake za kiuandishi.

1. Kwa kuwa watu wanasafiri, tulianzisha safari,
   Umbali hali si shwari, jua kali tu chakari,
   Mbele yetu jumba zuri, kujongea ndo dhamiri,
   Haikufika `fakuri, babu alitushauri,
   "Amakweli msafiri, siku zote ni kafiri."

2. "Bongo zimewawehuka, 'Mevutika kwa rangie!
   Jumba gani linanuka, Sini! Ndani 'siingie,
   Rihi isiyosikika, tuwe na chetu pekee,
   Nguo tukiiazima, si rahisi kusetiri,"

3. Hakuna ustaarabu, "Mpujufu" sasa babu,
   Na haikuwa ajabu, sisi kumpinga babu,
   Tuliingia ndani "bu" huku akituadhibu,
   Hilo ni jambo la adhabu, hivyo litawaadhibu
   Hamfati la mkuu, mtavunjika guu."

4. Tulipoingia ndani, wote tulistaajabu,
   Kuona limesheheni, maisha yalo na tabu,
   Kabila za gaibuni, na tukawa wa ajabu,
   Kutii ya uzunguni, tukakumbuka babu,
   Nimeamini majuto, siku zote ni mjukuu,

5. Miaka iliopita, tukapata na vizazi,
   Uwazi ulipotoa, kwa wingi chetu kizazi,
   Ushoga ukaenea, zinaa ikawa wazi,
   Shababi kujipodoa, wazee mapaja wazi,
   Mtoto umleavyo, basi huwa hivyo hivyo,

6. Mambo hayakuwa mambo, tuliuwana wenyewe,
   Manufaa kwa wa ng'ambo, sisi kuku wao mwewe,
   Milango siyo kiwango, siri wala si ya wewe,
   Likapuuzwa letu gombo, yakapaa ya wenyewe,
   Kwa asiyefanya kazi, basi naye na asile.

7. Yalizaliwa majoka, na madudu ya kutisha,
   Magonjwa yaliibuka, na yakatupukutisha,
   Tukaanza hekaheka, za kuhokoa maisha,
   Tukazidi pukutika, amakweli tumekwisha,
   Mbio za kwenye ukingo, huishia sakafuni.

8. Maswala yalitujaa, tulishindwa kuyajibu,
   Hivyo tukajiandaa, kumwelekea tabibu,
   Nyoyo zilipiga paa! kukuta tabibu babu,
   Babu Mzuka "Cha!Chaa, Cha! Mimi ndiyo tabibu,
   Milima haikutani, sisi ni wa kukutana. "

9. "Hacheni kuwa na hofu, ramli ` meniambia,
   Kiwanja hiki cha wafu, na usiku hutembea,
   Wote wakiwa lufufu, hunywa damu na kuua,
   Kwa kuwa situ wachafu, hutufanya kupotea ,
   Zimwi lisilokujua, ndo lenye kuangamiza,

10. Shairi siyo mkufu, ngoja niishie hapo,
    Beti kumi hazifiki, kumaliza mchapo,
    Si busara kuwa refu, sehemu ya pili ipo,
    Ntaeleza kwa marefu, tulivyokuwa upepo,
    Dunia ndani ya jumba, wala si kijiji tena.

Karaha ya Moyo

Helena John

*Helena John ana umri wa miaka 26, mkazi wa Arusha na
mwanafunzi wa shahada ya uzamili Chuo Kikuu cha Iringa. Helena
ni miongoni mwa washiriki wa Tuzo ya Ushairi ya Ebrahim Hussein
msimu wa pili-2015/16 ambaye shairi lake limepata
fursa ya kuingia kwenye diwani hii kwa sababu ya uzito wa
maudhui yake na mbinu zake za kiuandishi.*

1. Nikipata himayani, naogopa kupoteza,
   Kupoteza uwandani, ninahofu kuikweza,
   Furaha yangu ya ndani, natamani kuikuza,
   Kwa mapana uwanjani, moyoni kuizoeza.

2. Kwa mapenzi shukurani, kedekede anaweza,
   Kwa njia ya anuani, nimependa kuagiza,
   Upo mbugani nyikani, na ngoma tutaicheza.
   Yanilewesha moyoni, mapenzi ninachombeza.

3. Moyo furaha lakini? si ajabu kuuliza,
   Ikifika ukingoni, wingi machozi nawaza,
   Uoga waja moyoni, ua gafla napoteza,
   Furaha i ukingoni, wananzengo wanizovya.

4. Siku hiyo ikifika, nikambiwa kuachia,
   Utoto waondolewa, huwezi ukatufia,
   Kelele kutozitowa, hakuna tena kulia,
   Vumilia vumilia, wakubwa wanibwatia.

5. Moyo ndani waniuma, ukubwa naunyatia,
   Hakuna refu lisoncha, wahenga waniimbia,
   Leo yamenifikia, mapenzi nakimbilia,
   Pesa ikawa kigezo, chanzo cha mimi kuachwa.

6. Nudhumu nimeitunga, mapenzi kuyalilia,
   Nyamazia mwali hasha, naweseka nalilia,
   Mwili nanyong'onyeza, damu inatililika,
   Akili naiharibu, nafsi naikondesha.

7. Mapenzi pata potea, moyo yautia doa,
   Nikadhani nimepata, kumbe nilijizodoa,
   Ka ndege natapatapa, kama kuku nadonoa,
   Alimradi kutoa, maisha yatanizoa.

8. Wakati moyo wataka, tama kidole kutoa,
   Pete nikavikwa jina, furaha nikachojoa,
   Leo hii nayakana, mapenzi yamenikoa,
   Wazee wananiasa, tajiriba kujitoa.

9. Kichwa chaniuma sana, moyoni kanitoboa,
   Mapenzi yanizeesha, haraka yamenizoa,
   Moyoni ninaapia, maumivu kutotoa,
   Chuki hasira vimejaa, kamwe siitaki ndoa.

NAKUPENDA

ABBAS A. JUMA

Abbas Ally Juma ana umri wa miaka 24. Ni mkazi wa Mtonikidatu, Zanzibar na mwanafunzi wa kidato cha sita. Abbas ni miongoni mwa washiriki wa Tuzo ya Ushairi ya Ebrahim Hussein msimu wa pili-2015/16 ambaye shairi lake limepata fursa ya kuingia kwenye diwani hii kwa sababu ya uzito wa maudhui yake na mbinu zake za kiuandishi.

1. Waama nakusalimu. Itika ewe kimwana,
   Hali yangu si hamumu, ila na uzima sina,
   Penzi unanidhulumu, waniona si wamana,
   Kwa nini ninakupenda, wewe hutaki kwanini?

2. Kila nikiyapuuza, moyo wanilazimisha,
   Wewe nikikueleza, bado unajiringisha,
   Umo wanibea beza, tamaa wanikatisha,
   Kwanini ninakupenda, wewe hutaki kwanini?

3. Hidaya zile na hizi, nyingi nimekutunuku,
   Nimekuhonga mavazi, na mishikaki ya kuku,
   Bado hujanimaizi, unaniita kasuku,
   Kwanini ninakupenda, wewe hutaki kwanini?

4. Nimeviahidi vyano, na makafara ya mbuzi,
   Nishapogoka mkono kwa kuvaa mahirizi,
   Bado hali si tonono, sijaona mageuzi,
   Kwanini ninakupenda, wewe hutaki kwanini?

5. Kama tatizo ni mali, kwetu masikini siki,
   Babu si minal – ali, hatwerithi makasiki,
   Pia kupenda kwa hili, penzi mwaka halifiki,
   Kwanini ninakupenda, wewe hutaki kwanini?

6. Sema nini nikitende, hima hima nitafaza?
   Japo wewe sinipende, mimi unanimaliza,
   Hata unikate pande, katu sitakulipiza,
   Kwanini ninakupenda, wewe hutaki kwanini?

7. Masalale masalale, njiwa nakutuma nenda,
   Kamwambile kamwambile, adui alonitenda,
   Ale, ale, ale, ale, ingawa hakuviwinda,
   Kwanini nakupenda, wewe hutaki kwanini?

8. Hui! Hui! Si salam, ni kilio si furaha,
   Juwa wanipa nakama, nikikuona nahaha,
   Nenda kuliko kuchoma, nami natibu jeraha,
   Kwanini ninkaupenda, wewe hutaki kwanini?

9. Nasikitika chechele, kanitia bumbuwazi,
   Bahati kaninyimale, nimeuwana mchuzi,
   Ninalinoa kengele, tunda kashalila mwizi,
   Kwa nini nakupenda, wewe hutaki kwanini?

10. Kadi tamati nakoma, dunia ishanionya,
    Sitalazimu rehema, lisiriziki kuwanya,
    Nikilikosa la mama, japo la mbwa tanyonya,
    Kwanini ninakupenda, wewe hutaki kwanini?

Tanzia

Hussein J. Juma

Hussein Jafari Juma ana umri wa miaka 22. Ni mkazi wa Mwanza na mwanafunzi wa Chuo Kikuu cha SAUT-Mwanza. Hussein ni miongoni mwa washiriki wa Tuzo ya Ushairi ya Ebrahim Hussein msimu wa pili-2015/16 ambaye shairi lake limepata fursa ya kuingia kwenye diwani hii kwa sababu ya uzito wa maudhui yake na mbinu zake za kiuandishi.

1. Nimeishika kalamu, niitangaze tanzia,
    Tulie chozi la damu, Afrika na Tanzania,
    Tulaniwa na mizimu, au ni Mola Jalia,
    Kilio chetu Afrika, ni lini kitanyamaza?

2. Miaka kenda na kenda, hatuishiwi majanga,
    Na utu umetukwenda, tumemshinda nyakanga,
    Jamii zetu zapinda, hakuna wa kuzikinga,
    Kilio chetu Afrika, ni lini kitanyamaza?

3. Tulimtoa mkoro, kuipata ahueni,
    Tukazikata nyororo, za miaka hamsini,
    Bado tungali vihoro, mchawi wetu ni nani?
    Kilio chetu Afrika, ni lini kitanyamaza?

4. Mstaajabu ya Musa, hacheki ya Firauni,
    Machozi ya wagarisa, tumezee dawa gani?
    Kusini mwa Afrika, mauaji ya pomoni,
    Kilio chetu Afrika, ni lini kitanyamaza?

5. Shababu wa Kisomali, ni haramu ya boko,
    Sijui ni dini kweli, au wajaza mifuko,
    Mitutu tupeni mbali, mtoke huko mliko,
    Kilio chetu Afrika, ni lini kitanyamaza?

6. Tumetandwa utajiri, na vingi vilo thamani,
    Umasikini tiriri, sijui tumekosani,
    Kila siku ushamiri, Afrika itaabani,
    Kilio chetu Afrika, ni lini kitanyamaza?

7. Alibino sio watu? wanauliwa Tanzania,
   Mkono tajiri mtu, gizani mwawavizia,
   Nafsi meishiwa utu, ni zaidi ya ngamia,
   Kilio chetu Afrika, ni lini kitanyamaza?

8. Wapigania madaraka, wapate kutufisadi,
   Eskro mwana wa epa, mwachota pasi idadi
   Ni wapi mwatupeleka, enyi wetu mashadidi,
   Kilio chetu Afrika, ni lini kitanyamaza?

9. Nikisema simalizi, Afrika meshika tama,
   Hatuishiwi simanzi, Afrika mwanayatima,
   Fufukeni wakombozi, mtupe uhuru tena,
   Kilio chetu Afrika, ni lini kitanyamaza?

10. Machozi yamenitanda, kuandika simalizi,
    Afrika yangu nipenda, ibado kwenye kitanzi
    Tuungane kuilinda, tuondoe ubazazi
    Kilio chetu Afrika, ni lini kitanyamaza?

UASI

LOTI I. KAMBEY

Loti Kambey ni mkazi wa Babati-Manyara na mwanafunzi wa Chuo Kikuu cha Dar es Salaam. Loti ni miongoni mwa washiriki wa Tuzo ya Ushairi ya Ebrahim Hussein msimu wa pili-2015/16 ambaye shairi lake limepata fursa ya kuingia kwenye diwani hii kwa sababu ya uzito wa maudhui yake na mbinu zake za kiuandishi.

1. Wamempa jina dili, wote wanamtamani,
   Akipita bonde hili, kesho nenda msibani,
   Ngozi yake mhimili, mganga yake imani,
   Wakutesa na atese, ole wako mwanakwetu.

2. Cha mtu yasemwa mavi, wahenga wetu makini,
   Wa kati na wenye mvi, yote dharau kwa nini?
   Acheni wenu ulevi, mke wa mtu kwanini?
   Wa kutesa na atese, ole wako mwanakwetu.

3. Nyonda naye kisalata, mwenendo tirigivyogo,
   Kutwa kurukia tuta, harakia kwa mgogo,
   Usaliti wamsuta, shukuruye ni mikogo,
   Wakutesa na atese, ole wako mwanakwetu.

4. Waahidi mambo mengi, kutimiza yako ndoto,
   Masikini walo wengi, umewafanya watoto,
   Wapiga yako mitungi, watembelea kimeto,
   Wakutesa na atese, ole wako mwanakwetu.

5. Masikini akipata, hutafuta pa kutesa,
   Farisi aso kitata, kutangaza yake pesa,
   Majirani wamsuta, kwa wanawe kuwasusa,
   Wakutesa na atese, ole wako mwanakwetu.

VIPAJI KUVIINUA

STAHIMILI KAPATALA

Stahimili Kapatala ana umri wa miaka 60 na mkazi wa Dar es Salaam. Kapatala ni mtunzi wa ushairi aliyewahi kuandika mashairi na kuyachapisha kwenye magazeti ya "Nipashe", "Uhuru", "Tabibu" na Redio TBC. Kapatala ni miongoni mwa washiriki wa Tuzo ya Ushairi ya Ebrahim Hussein msimu wa pili-2015/16 ambaye shairi lake limepata fursa ya kuingia kwenye diwani hii kwa sababu ya uzito wa maudhui yake na mbinu zake za kiuandishi.

1. Mhariri na majaji, salam nawatumia,
   Mtukufu Muumbaji, kaumba yalotimia,
   Kanibariki kipaji, ndo hiki nakitumia,
   Tumuenzi 'brahim, na wote walosalia.

2. Tuwaenzi wapambaji, kwa mchango wanotoa,
   Tumbatu hadi Kimbiji, Kagera hadi Songea,
   Wapamba lugha kwa taji, zawadi waingojea,
   Tumuenzi 'brahim, na wote walosalia.

3. Si sahau Mbwamaji, Sumbawanga na Didia,
   Kwa majina siwataji, nanyi pia mwawajua,
   Kwa sababu ya kuhiji, idadi itapungua,
   Tumuenzi 'brahim, na wote walosalia.

4. Japo mi si msemaji, kidogo nitaongea,
   Kwa maskini mtaji, ni nguvu anatumia,
   Awezapata bajaji, au gari la Korea,
   Tumuenzi 'brahim, na wote walosalia.

5. Kivumbi si watungaji, kalamu tunotumia,
   Ni kama twatwanga maji, kinuni nakuambia
   Wakikutana majaji, kapuni wanatupia,
   Tumuenzi 'brahim, na wote walosalia.

6. Hata yule msomaji, gazeti akinunua,
   Hakumbuki mtungaji, muda aloutumia,
   Awezalitia maji, mashairi yakaloa,
   Tumuenzi 'brahim, na wote walosalia.

7. Na yule muongozaji, wa Redio Tanzania,
    Ngoja leo nimuhoji, ushauri kuchukua,
    Kamtoa mghanaji, kisa bado bado sijajua,
    Tumuenzi 'brahim, na wote walosalia.

8. Naomba wasambazaji, wa habari za dunia,
    Mjue hiki kipaji, msiwe kututania,
    Tupatiwe vibajaji, sherehe zikitimia,
    Tumuenzi 'brahim, na wote walosalia.

9. Ubeti hu' msihoji, katiba naipitia,
    Hata mimi mama Haji, ipate kunitambua,
    Niliufunga mkwiji, uchaguzi kungijea,
    Unga umezidi maji, twacheza pata potea.

10. Kaditamati majaji, hongera nawatumia,
    Ninatokea Mpiji, mvua imeninyeshea,
    Ninamuomba Mpaji, ushindi kujishindia
    Tumuenzi 'brahim, na wote walosalia.

Mama!

Epson S. Kashirika

Epson Sikujua Kashilika ni mkazi wa Mwanza na mwanafunzi wa Chuo Kikuu cha Mt. Agustino Epson ni miongoni mwa washiriki wa Tuzo ya Ushairi ya Ebrahim Hussein msimu wa pili-2015/16 ambaye shairi lake limepata fursa ya kuingia kwenye diwani hii kwa sababu ya uzito wa maudhui yake na mbinu zake za kiuandishi.

1. Mama zetu na mlivyo, hamzijali shuruti,
   Kwani muonekanavyo, mwastahili saluti,
   Kwa mazuri mletavyo, tena yenye mikakati,
   Na wenu moyo ulivyo, Jalali awape kiti.

2. Nusu jalali mlivyo, kuvipita vizingiti,
   Mabaya yatokeavyo, mwaipanga mikakati,
   Na taratibu mlivyo, kuinyosha mikakati,
   Na wenu moyo ulivyo , Jalali awape kiti.

3. Usiku unileavyo, baba kakalia kiti,
   Nepi zangu ufuavyo, baba akata mabuti,
   Muda wote niliavyo, hupati muda kuketi,
   Na wenu moyo ulivyo, Jalali awape kiti.

4. Mazingira na yalivyo, na magonjwa siyapati,
   Baridi iingiavyo, wanifunika kwa shati,
   Na njaa nisikiavyo, nalinyonya lako titi,
   Na wenu moyo ulivyo, Jalali awape kiti.

5. Yakinijia ya ovyo, wayapinga madhubuti,
   Na mama jinsi ulivyo, mambo yako madhubuti,
   Makubwa ukabilivyo, hupati muda kuketi,
   Na wenu moyo ulivyo, Jalali awape kiti.

6. Watoto watamanivyo, chapatti na biskuti,
   Unafanya uwezavyo, wapate japo chapati,
   Mama vile ujuavyo, wafanya kukonekiti,
   Na wenu moyo ulivyo, Jalali awape kiti.

7. Nguo zangu ufuavyo, pia jiko husaliti,
   Unafanya uwezavyo, kufua yote mabuti,
   Mazingira na yalivyo, makuti kwako mabati,
   Na wenu moyo ulivyo, Jalali awape kiti.

8. Nishindapo niishivyo, najiona mwenyekiti,
   Na raha niionavyo, mama pokea saluti,
   Mama wewe si wa ovyo, wastahili saluti,
   Na wenu moyo ulivyo, Jalali awape kiti.

9. Kalamu nzito ilivyo, naweka chini naketi,
   Mama zetu na mlivyo, mwastahili saluti,
   Mnafanya muwezavyo, na dunia inaketi,
   Na wenu moyo ulivyo, Jalali awape kiti.

Nimekosani Tumbili?

Baraka Y. Katutu

Baraka Katutu ana umri wa miaka 27, mkazi wa Hai-Kilimanjaro na mwanafunzi wa Chuo Kikuu cha Dodoma. Baraka Katutu ni miongoni mwa washiriki wa Tuzo ya Ushairi ya Ebrahim Hussein msimu wa pili-2015/16 ambaye shairi lake limepata fursa ya kuingia kwenye diwani hii kwa sababu ya uzito wa maudhui yake na mbinu zake za kiuandishi.

1. Twaishi sote porini, mnaniwinda kwa nini,
   Rangi kanipa Manani, dosari yangu ni nini,
   Mie sio wa buchani, visu hivyo ni vya nini,
   Tofauti yetu ni nini, Tumbili, Kima na Nyani?

2. Wote twaruka mitini, tofauti yetu ni nini,
   Wote twala vya shambani, pasi kujua vya nani,
   Wote tupo duniani, hatujui twafa lini,
   Tofauti yetu ni nini, Tumbili, Kima na Nyani?

3. Maisha yangu shakani, Kima mwafurahi nini,
   Madaraka ya Manyani, Tumbili mekosa nini,
   Tanzia tele moyoni, mwanionea kwa nini,
   Tofauti yetu ni nini, Tumbili, Kima na Nyani?

4. Nitazameni machoni, naomba nithaminini,
   Macho yangu burauni, ka' kosa samahanini,
   Ngozi yangu matatani, kwa ukwasi wa Manyani,
   Tofauti yetu ni nini, Tumbili, Kima na Nyani?

5. Vidonda vyanitamani, vyaniandama kwa nini,
   Huu kwangu mtihani, nitatetewa na nani,
   Mwingiapo chaguzini, wazimu awapa nani,
   Tofauti yetu ni nini, Tumbili, Kima na Nyani?

6. Chozi nadondosha chini, nabaguliwa kwa nini,
   Tumbili sina thamani, nilizaliwa kwa nini,
   Kutwa nijifiche ndani, kisha nitakula nini,
   Tofauti yetu ni nini, Tumbili, Kima na Nyani?

7. Mkiyakosa madini, mwanisakanya kwa nini,
   Manyani mapunguwani, mmedanganywa na nani,
   Mwavipeka uchawini, vyungo vyangu vina nini,
   Tofauti yetu ni nini, Tumbili, Kima na Nyani?

8. Rushwa zimewalogeni, siwaze mchawi nani,
   Vingedere tuiteni, ukubwa kwenu ni nini,
   Dhana potofu toweni, dharau hizi za nini,
   Tofauti yetu ni nini, Tumbili, Kima na Nyani?

9. Gendaheka ndio nyani, vikima navyo ni nani,
   Na miguu fagieni, mbinguni tajibu nini,
   Hata mikono fyekeni, atulindaye ni nani,
   Tofauti yetu ni nini, Tumbili, Kima na Nyani?

10. Ubaguzi humu ndani, tunaulea kwa nini,
    Naondoka jukwaani, mwuwaji huyu ni nani,
    Mtanziko teguweni, "chaguzi chafu za nini,"
    Tofauti yetu ni nini, Tumbili, Kima na Nyani?

ANGUKO

MSHUKURU E. KIMARO

Mshukuru Ernest Kimaro ana umri wa miaka 28, mkazi wa Himo-Moshi na mwanafunzi wa Chuo Kikuu cha RUCU-Iringa. Bwana Mshukuru ni miongoni mwa washiriki wa Tuzo ya Ushairi ya Ebrahim Hussein msimu wa pili-2015/16 ambaye shairi lake limepata fursa ya kuingia kwenye diwani hii kwa sababu ya uzito wa maudhui yake na mbinu zake za kiuandishi.

1. Anguko kwenye uchumi, maisha kuwa shubiri,
   Makabwela hawavumi, mlo mmoja kukiri.
   Meathiri na wasomi, nao pia wanakiri,
   Ajira ni za umimi, kutolewa bila heri.

2. Mazao yetu shambani, hasara kubwa jamani,
   Twasema serikalini, hizo bei pandisheni.
   Bei hizi asilani, tutabaki kulaani,
   Bei ile ya zamani, haikuwa angukoni.

3. Anguko kwenye elimu, shule vyuo mesheheni,
   Sera yetu twalaumu, mejaza hizo matini.
   Kwa vitendo ni vigumu, sera yetu mashakani,
   Walimu wanalaumu, taaluma hatarini.

4. Elimu twaichezea, siasa kuendekeza,
   Waso fani kuingia, elimu kuidumaza.
   Kizazi kuteketea, ubongo kuudumaza,
   Kwa yale wanosomea, afadhali ya ajuza.

5. Kwenye dini lachomoza, anguko limeshamiri,
   Tumeacha mawaiza, uadui kukithiri.
   Viongozi wanazoza, zao kauli kariri,
   Kwazo hakuna mwangaza, anguko limeshamiri.

6. Viongozi kutaneni, mpate na suluhisho,
   Mlete tena amani, udini na uwe mwisho
   Tusilete ushindani, kufikia paso mwisho,
   Tuishi kama zamani, tokomeza uamsho.

7. Anguko kwenye siasa, unafiki umezidi,
   Kiburi ni cha mapesa, wanyonge hawafaidi.
   Hotuba zenu ni tasa, zimejawa na ahadi,
   Kwenu mwaita siasa, itimiapo akidi.

8. Zindukeni Tanzania, anguko kutokomeza,
   Kura yako weka nia, sandukuni tumbukiza.
   Msimamo shikilia, hata wakikupumbaza,
   Shikilia yako nia, anguko kutokomeza.

9. Maadili angukoni, hewa yetu mechafuka,
   Nyumbani na mitaani, heshima imetoweka.
   Rika zote matatani, hakuna aloongoka,
   Wenye dini wasodini, wote wamekengeuka.

10. Maadili yako wapi, wala rushwa kutetewa?
    Yamebakia makapi, wanoitwa ni watawa.
    Hekima yenu ni ipi, uzembe kuwa kipawa?
    Tathimini yenu vipi, uongozi kung'olewa?

SWALI KWA CHURA

MAGRETH LAZARO

Magreth Lazaro ana umri wa miaka 23, mkazi wa Morogoro na mwanafunzi wa Chuo Kikuu kishirikishi cha UDSM-DUCE, Dar es Salaam. Magreth ni miongoni mwa washiriki wa Tuzo ya Ushairi ya Ebrahim Hussein msimu wa pili-2015/16 ambaye shairi lake limepata fursa ya kuingia kwenye diwani hii kwa sababu ya uzito wa maudhui yake na mbinu zake za kiuandishi.

1. Chura ninakuuliza, jibulo nalitamani,
   Muda unaupoteza, ya wenzio kubaini,
   Ebu acha kujikweza, hutoweza asilani,
   Chura mdogo majini, tembo utamuuaje?

2. Tembo amekamilika humwezi abadani,
   Itakukumbuka ghalika, usijue utendeni,
   Majini utatoroka, kukimbilia polini,
   Utakumbwa na tufani, nini unaangaika?

3. Kwanza nenda darasani, mafunzo kauzulie.
   Sio kuwa hayawani, wenzako wasimulie,
   Nenda kwako maskani,majini ukatulie,
   Wala usinichukie, tena bila ya sababu.

4. Usiringie bwawani, mtoni kukakushinda,
   Japo uko furahani, siku utavishwa sanda,
   Utalala machungani, hakuna wa kukupenda,
   Kombo mambo yamekwenda, huipati yangu namba.

5. Chura hizo sifa zako, zitakuweka pabaya,
   Acha zako chokochoko, ndugu yangu utagaya,
   Kumfitini mwenzko, utaikimbia kaya,
   Kwa iyo yako tabiya,utaipata shubiri.

6. Tembo amechachamaa, chura atakumaliza,
   Chura punguza kinaa, ya tembo kuyatangaza,
   Chura bado kukomaa, tembo hutomuweza,
   Kukosa wa kukujuza, na mamba wamkashifu.

7. Chura umekosa kazi, nimebaini kiini,
   Unatafuta pongezi, kwa ndugu na majirani,
   Ongeza wako ujuzi, kwa kusoma vitabuni,
   Mbio zako sakafuni, ukingoni zitafika.

8. Chura sema watakani, uhai na umauti,
   Ametulia kundini, tembo sasa umpati,
   Kukufukuza majini, huu wake mkakati,
   Utalia kwa sauti,na kubaki kulala.

9. Tembo mnyama hatari, hilo unalitambua,
   Nenda kwa kutahayari,asije kukuumbua,
   Nakuomba tafakari, wataka shari najua,
   Sabuni hujaijua, bado unanuka shombo.

10. Nadhani umetosheka,kwa hayo nlokwambia,
    Usijitoe sadaka, ya tembo kusimulia,
    Wenzako watakucheka,hayo ukijifanyia,
    Kwa nini wapalamia, yale usoyajua.

Nani na Nani ni nani?

Nelson A. Lema

Nelson Allen Lema ana umri wa miaka 25, mkazi wa Arusha na mmiliki wa shahada ya uchumi wa jamii. Nelson ni miongoni mwa washiriki wa Tuzo ya Ushairi ya Ebrahim Hussein msimu wa pili-2015/16 ambaye shairi lake limepata fursa ya kuingia kwenye diwani hii kwa sababu ya uzito wa maudhui yake na mbinu zake za kiuandishi.

1. Nani kasema paukwa, nani kasema pakawa
   Nani kipara kasukwa, nani mihela kagawa
   Nani akili katekwa, nani heshima kapewa
   Nani na nani waseme, nani ni nani na nani?

2. Nani jamani kapikwa, nani mikono kanawa
   Nani kataka simikwa, nani kanyweshwa kahawa
   Nani mkono kashikwa, nani kaona ni sawa
   Nani na nani waseme, nani ni nani na nani?

3. Nani akili kazikwa, nani ubongo kagawa
   Nani kumbini kalikwa, nani kaimba wawawa
   Nani mataji kavikwa, nani kaitwa kawawa
   Nani na nani waseme, nani ni nani na nani?

4. Nani kapata matakwa, nani hakiye kagawa
   Nani ambaye kavukwa, nani ni hiyo ngalawa
   Nani jengoni kawekwa, nani kabaki chachawa
   Nani na nani waseme nani ni nani na nani?

5. Nani jama kasimikwa, nani hajui usawa
   Nani ambaye karukwa, nani majuto kajawa
   Nani mafuta kapakwa, nani hajali wazawa
   Nani na nani waseme, nani ni nani na nani?

6. Nani fimbo katandikwa, nani nguo kavuliwa
   Nani matope kapakwa, nani mjinga kaliwa
   Nani mwishowe kachekwa,nani machozi ni bwawa
   Nani na nani waseme,nani ni nani na nani?

Wenzetu na Chetu

Thomas D Lyimo

Thomas Dominick Lyimo ana umri wa miaka 25, mkazi wa Arusha na mwanafunzi wa shahada ya ualimu-mwaka wa pili Chuo Kikuu cha Tumaini Makumira Arusha. Thomas ni miongoni mwa washiriki wa Tuzo ya Ushairi ya Ebrahim Hussein msimu wa pili-2015/16 ambaye shairi lake limepata fursa ya kuingia kwenye diwani hii kwa sababu ya uzito wa maudhui yake na mbinu zake za kiuandishi.

7. Wapo wengi,
   Wanakuja katika makundi,
   Wakiwadanganya wengi na wengi,
   Hasa walokosa ufahamu.

8. Kuibaini yao njia,
   Ilojaa ufariji wa hila,
   Tuzinyanyue zetu fahamu,
   Tusiuzwe kama bia.

9. Ni matajiri wa maarifa,
   Ambayo Mungu kawajalia,
   Wako katika kiti,
   Wakiamua yetu hatima.

10. Uamuzi wetu wenyewe,
    Umewafanya wafalme,
    Nani awaondoe,
    Kama sio wapiga kura?

11. Wana mahubiri marefu,
    Kama ya nyumba za ibada,
    Wanaahidi mengi,
    Kamwe hawatekelezi,

12. Sie hoi utelezini.
    Umakini wetu,

Uhai wetu,
Na tena sasa wakati,
Kufanya uamuzi sahihi,
Tuiepuke simanzi.

13. Amka mapema,
Uiandae jioni,
Machozi sio hatima,
Kwetu sisi wamiliki.

NYUMBA IMEKUWA JOYA

SHIJA MACHIYA

Shija Machiya ana umri wa miaka 26, mkazi wa Solwa-Shinyanga na mwanafunzi wa shahada ya kwanza ya sanaa na Elimu katika Chuo Kikuu Cha Mtakatifu Agostino Mwanza mwaka watatu. Shija ni miongoni mwa washiriki wa Tuzo ya Ushairi ya Ebrahim Hussein msimu wa pili-2015/16 ambaye shairi lake limepata fursa ya kuingia kwenye diwani hii kwa sababu ya uzito wa maudhui yake na mbinu zake za kiuandishi.

1. Mrama ulifatika, wazazi wakatutoka,
   Kaka zetu wakashika, hatamu walivyotaka,
   Mazonge yakafuruka, nyumba ikabadilika,
   Nyumba imekuwa joya, watakayo hufanyika.

2. Majina kujipachika, abu nina na mjomba,
   Umiliki kubadilika, mpaka na kwenye mashamba,
   Uchaguzi kutoweka, uteuzi ukapamba,
   Nyumba imekuwa joya, huingia wateule

3. Wizi kwao u halali, tena madau makubwa,
   Wadogo zao hatuli, chakula hula wakubwa,
   Huduma hawatujali, masikio wamezibwa,
   Nyumba imekuwa joya, watakavyo hututenda

4. Shamba wamelikodisha, hatujaona mafao,
   Marafiki kuzidisha, kwetu kumekuwa kwao,
   Kwetu wao hujilisha, haturuhusiwi kwao,
   Nyumba imekuwa joya, watakao huingizwa.

5. Nyumba wanaibomoa, kuupora utajiri,
   Wapi tutakimbilia, walau kujisetiri,
   Kila kitu wanazoa, matumboni mwao furi,
   Nyumba imekuwa joya, watakacho huchukua.

6. Hata wakikamatika, mavuno wakiyaiba,
   Yule aliyewashika, mauti atayabeba,
   Mavuno yamepunguka, wachache wameyakaba,
   Nyumba imekuwa joya, hata simba nao wamo.

7. Kuna mwingine muhali, humuhumu kwenye nyumba,
   Watu kugeuzwa mali, kisa ngozi ya kupamba,
   Uwanusuru Jalali, wana haki kwenye nyumba,
   Nyumba imekuwa joya, wauaji nao wamo.

8. Dukuduku limetanda, kuhusu yao nasaba,
   Vile wanavyotutenda, wamekitiwa vitiba,
   Tuyazidishe mawanda, kuwatafutia tiba,
   Nyumba imekuwa joya, wapishi ni mamluki

9. Mjinga kaerevuka, mjanja yu mashakani,
   Mlango umefunguka, mjinga kaona ndani,
   Siri imegundulika, wamejijaza jikoni,
   Nyumba imekuwa joya, jiko wanapigania.

WAUBANI

SAID R. MAKONGA

Said R. Makonga ana umri wa miaka 22, na mwanafunzi. Said ni miongoni mwa washiriki wa Tuzo ya Ushairi ya Ebrahim Hussein msimu wa pili-2015/16 ambaye shairi lake limepata fursa ya kuingia kwenye diwani hii kwa sababu ya uzito wa maudhui yake na mbinu zake za kiuandishi.

1. Waubani wangu hani, mwafulani biti pwani
   Nakupenda hususani, pale tenzi ukighani
   Zenye ladha za nyumbani, za bara na visiwani
   Tabibu wangu mwandani, waubani sinihini.

2. Wanitibu si utani, tukiwako faraghani
   Una maneno laini, nakutunuku nishani
   Nakupenda kama nini, sishushi yako thamani
   Tabibu wangu mwandani, waubani sinihini.

3. Asiliyo Arabuni, na ubantu umamani
   Umeujaza pomoni, msamiati kichwani
   Umehifadhi moyoni, tamathali za nyumbani
   Tabibu wangu mwandani, waubani sinihini.

4. Jina lako pia hani, maana yake ni pwani
   Limetoka ubabani, kwa shangazi wa Omani
   Umepewa waubani, kote halipatikani
   Tabibu wangu mwandani, waubani sinihini.

5. Umekuwa maarufu, waubani duniani
   Umepewa utukufu, wa kusemwa mediani
   Unanyunyiza harufu, inowavuta wageni
   Tabibu wangu mwandani, waubani sinihini.

6. Una ngozi ya laini, figa yako namba gani
   Nipe mkono mwandani, tukitembea njiani
   Wasokupenda bi pwani, wakijaze kisirani
   Tabibu wangu mwandani, waubani sinihini.

7. Ndoa yetu ya halali, mimi nawe biti pwani
   Nipe nirambe asali, za maneno ya kichwani
   Nataka na tamathali, hivyo niweke moyoni
   Tabibu wangu mwandani, waubani sinihini.

SIFO

WILBERT R. MARIDADI

*Wilbert R. Maridadi ni mkazi wa Dar es Salaam na ni miongoni mwa
washiriki wa Tuzo ya Ushairi ya Ebrahim Hussein msimu wa pili-
2015/16 ambaye shairi lake limepata fursa ya kuingia kwenye diwani
hii kwa sababu ya uzito wa maudhui yake na mbinu
zake za kiuandishi.*

Sifo baada ya kifo
Babu aliniambia
kama unapenda sifo
Basi usiogope kifo
Tunuku la walolala sifo
Uzimani katu sifo
Subiri kifo usifiwe.

Wasomi Uchwara

Elihaika J. Mariki

Elihaika M. Joseph ana umri wa miaka 23, mkazi wa Dar es Salaam ni mwanafunzi wa Chuo Kikuu cha Dar es Salaam. Elihaika ni miongoni mwa washiriki wa Tuzo ya Ushairi ya Ebrahim Hussein msimu wa pili-2015/16 ambaye shairi lake limepata fursa ya kuingia kwenye diwani hii kwa sababu ya uzito wa maudhui yake na mbinu zake za kiuandishi.

1. Miaka ya hamsini, wasomi ni mafukara,
   Ila wao ni makini, taaluma iling'ara,
   Jamii iliwamini, kwa kujawa na busara,
   Ila wasomi wa leo, wengi wasomi uchwara.

2. Kikazi walijituma, na walijawa stara,
   Hawakurudia nyuma, umma kuupa hasara,
   Kwa jiwe au kwa chuma, walisimama imara,
   Ila wasomi wa leo, wengi wasomi uchwara.

3. Wasomi wa enzi hizo, walikuwa na adabu,
   Hawakuwa na tatizo, wala kujawa ghadhabu,
   Walijali angalizo, na walitii mababu,
   Ila wasomi wa leo, wengi wasomi uchwara.

4. Wasomi miaka hiyo, hawashindani mavazi,
   Walitega masikiyo, kuwasikiza wazazi,
   Waliitikia ndiyo, na kuzidi chapa kazi,
   Ila wasomi wa leo, wengi wasomi uchwara.

5. Walizishika fagiyo, usafi kuudumisha,
   Machweo hadi mawiyo, kusoma walizidisha,
   Kuzurura kwao siyo, nidhamu kuimarisha,
   Ila wasomi wa leo, wengi wasomi uchwara.

6. Kwenu wasomi wa leo, Maila na Zebedayo,
   Nyinyi ndio tegemeo, kuyafanya yafaayo,
   Anasa pia vileo, huko musifwate nyayo,
   Kwani wasomi wa kale, hawakufanya hayo.

7. Suruali mwazishusha, wenyewe mwaita 'swaga,'
   Myenendo ya kujirusha, mwaita 'hakunaga,'
   Hadharani mwaibusha, hadi mambo ya faragha,
   Ila wasomi wa kale, hawakufanya hayo.

8. Upande wa wasichana, huko ni kama laana,
   Mavazi ya kushindana, kwa miili kuibana,
   Minaji pia Rihanna, mwawaiga viso mana,
   Ila wasomi wa kale, hawakufanya haya.

9. Uvivu mewashamiri, na hizo 'smatifoni,'
   Dharau mewakithiri, 'iyafoni' sikioni,
   Ya mbele hamufikiri, na pembeni hamuoni,
   Mbona wasomi wa kale hawakufanya hayo.

10. Munashinda fesibuku, instagramu na wasapu,
    Kazi kucheza viduku, pia muziki wa rapu,
    Mwawaza chipsi kuku, hamufikirii sapu,
    Ila wasomi wa kale, hawakufanya haya.

SHATI ULILOLIVAA

MANUMBU MASALU

*Gabu Manumbu Masalu ana umri wa miaka 53, na ni miongoni
mwa washiriki wa Tuzo ya Ushairi ya Ebrahim Hussein msimu
wa pili-2015/16 ambaye shairi lake limepata fursa ya kuingia
kwenye diwani hii kwa sababu ya uzito wa maudhui yake na
mbinu zake za kiuandishi.*

1. Angalia ndugu yangu, nyuma yako kuna watu,
   Usijejifunga pingu, kuona hawana kitu,
   Uliapa kwake Mungu, kutokukosea katu,
   Shati ulilolivaa, uchunge lisichafuke.

2. Ujichunge kwelikweli, kuzitimiza ahadi,
   Wala usiwe mkali, nazo tuhuma kuzidi,
   Tena kwa hali na mali, nakusihi jitahidi,
   Shati ulilolivaa, uchunge lisichafuke.

3. Muda wako ndio huu, kuliongoza jahazi,
   Wewe ndo wetu mkuu, unajulikana wazi,
   Watoto na wajukuu, wanadondosha machozi,
   Shati ulilolivaa, uchunge lisichafuke.

4. Kweli wanakulilia, walioko nyuma yako,
   Kofya walikuvikia, kwa uadilifu wako,
   Mbeleni ukaingia, siyo kwa ridhaa yako,
   Shati ulilolivaa, uchunge lisichafuke.

5. Kwanza linalotakiwa, kulitia manukato
   Lifae kwa kuvaliwa, lisiwakewake moto
   Chunga lisije kuliwa, nao panyawe watoto
   Shati ulilolivaa, uchunge lisichafuke.

6. Mwisho wangu nimefika, ila nakusisitiza
   Mwisho wako utafika, pasipo kujiuliza
   Shati laanza chafuka, wapaswa kusuuza
   Tena amka mapema, kila siku kulichunga.

MAASUMU

MOYO G. MASAMI

Moyo Gando Masami ana umri wa miaka 29, mkazi wa Shinyanga na mwalimu wa Kiswahili na Kiingereza. Moyo ni miongoni mwa washiriki wa Tuzo ya Ushairi ya Ebrahim Hussein msimu wa pili-2015/16 ambaye shairi lake limepata fursa ya kuingia kwenye diwani hii kwa sababu ya uzito wa maudhui yake na mbinu zake za kiuandishi.

7. Amekuwa ni mtawa, kwa wageni na wenyeji,
   Kupoteza chake kipawa, kwa hofu ya mauaji,
   Kuona kila mtu chewa, ndani ya kina cha maji.
   Kwao ni kama cherewa, kuiacha yao miji.

8. Maishaye matatani, kufikia kukufuru,
   Kwanini yu duniani, jifananisha kunguru,
   Kucha kutwa ni nyanjani, kutafuta yake nuru,
   Bora ngekewa vitani, angeweza jinusuru.

9. Si mtoto wala mkubwa, vijana na hata nyanya,
   Wanalia kwa kukabwa, mithili yake na panya,
   Kutokana na ukubwa, wa nyingine zao gonya,
   Huishia kubebwa, na mwisho wake kusonya.

10. Hivi hawa manyang'au, wasio kuwa na utu,
    Mungu wamemsahau, kuwa na roho ya kutu,
    Kwa fungule la wadau, kuvaa ngozi ya chatu,
    Wakizunguka zambarau, kama wapiga upatu.

11. Wengine wapiga bao, macho mithili ya pono,
    Kwenye shambiro zao, wakiirusha mikono,
    Wakigeuza mikao, kwa kuchezeshwa kiuno,
    Utafikiri ni nzao, wakiwa kwa mapigano.

12. Ni akili ya kipepo, na wingi wao ujuha,
    Mbona tangu matapo, waliishi kwa madaha,
    Bora kuokota kopo, waweza kupata siha,
    Sije kuwa kama popo, jihami bila silaha.

13. Akili ya kuambiwa, changanya na yako pia,
    Wahenga waliganiwa, bora kubeba gunia,
    Kulikoni mshukiwa, kwa ukwasi sufuria,
    Usije ukawa mwiwa, kwa tamaaa za dunia.

14. Ningekuwa ni mukama, na katikiro wa kaya,
    Tokana na yangu kalama, kuyatafakari haya,
    Ndani nje ya changu chama, kuungana kama kwaya,
    Kuomba na kuchegama, mafuska kwa juya.

AJALI YA HIARI

DICKSON JR. MZANDA

Dickson Mazanda Jr. ana umri wa miaka 28, mkazi wa Mwanza na mwanafunzi wa Chuo Kikuu Cha Mtakatifu Agustino kilichopo Mwanza. Dickson ni miongoni mwa washiriki wa Tuzo ya Ushairi ya Ebrahim Hussein msimu wa pili-2015/16 ambaye shairi lake limepata fursa ya kuingia kwenye diwani hii kwa sababu ya uzito wa maudhui yake na mbinu zake za kiuandishi.

1. Ujana ni mashuhuri, msingi wa mashauri,
   Anasa huwa hatari, hima toa tahadhari,
   Heri kupata habari, hatima si tahayari,
   Jihadharini hatari, ajali za kuhiari.

2. Mjadala wa busara, lugha ya kuelewana,
   Msingi wenye ubora, wazee wanaponena,
   Jamii huwa imara, furaha bila laana,
   Jihadharini hatari, ajali za kuhiari.

3. Tangaza msisitizo, pata shauri nasaha,
   Punguza hivyo vikwazo, ubongo ndio silaha,
   Kamilisha tekelezo, maudhui ya fasaha,
   Jihadharini hatari, ajali za kuhiari.

4. Kutulia na kutwama, tulivu kaburi kando,
   Hakuna lenye lawama, nguvu mithili ya nondo,
   Afya ndio salama, sisitiza hili tendo,
   Jihadharini hatari, ajali za kuhiari.

5. Msinitenge kusema, husikitisha moyoni,
   Msafara wa kuhama, kuelekea peponi,
   Hadithi yenye neema, fuata haya maoni,
   Jihadharini hatari, ajali za kuhiari.

6. Jichunge usiwe mfu, jitunze kwa kipekee,
   Ombi langu takatifu, kwa vijana na wazee,
   Dunia kitu dhaifu, kiumbe sijietee,
   Jihadharini hatari, ajali za kuhiari.

7. Somo lafika hatima, tazama wako mtima,
   Sahibu simama wima, safari kwisha salama,
   Afadhali kuinama, pole tendeni hekima,
   Jihadharini hatari, ajali za kuhiari.

SAFARI MWENDA KWETU

MASANGANYA MCHOPA

*Masanganya Mchopa ana umri wa miaka 30, mkazi wa
Arusha na mwanafunzi wa Chuo Kikuu Cha Makumira kilichopo
Arusha. Masanganya ni miongoni mwa washiriki wa Tuzo ya Ushairi
ya Ebrahim Hussein msimu wa pili-2015/16 ambaye shairi lake
limepata fursa ya kuingia kwenye diwani hii kwa sababu ya uzito wa
maudhui yake na mbinu zake za kiuandishi.*

1. Kug'ata kidole chako, si sababu ya mkono,
   Ni kuhangaika kwako, mwisho wamaliza wino,
   Walia kwa sikitiko, mdomo wazi kijino,
   Mwewe awe kifaranga, dunia yageka popo.

2. Kule wewe uendako, kuna maisha manono,
   Ijali thamani yako, waje wakugane ngano,
   Urembo nishani zako, ulongezwa kisigino,
   Mwewe awe kifaranga, dunia yageka popo.

3. Sherehe bila tambika, ni kula sumu kwa meno,
   Ungecheza mdundiko, mie nipige piano,
   Usitake sikitiko, na unaswe kwa ndoano,
   Mwewe awe kifaranga, dunia yageka popo.

4. Watembea kwa mikoko, ukwacha malumbano,
   Mashalah mbwembwe zako, kumbe ni mdudu ngono,
   Miwaya kwa michepuko, hakuna maridhiano,
   Mwewe awe kifaranga, dunia yageka popo.

5. Mchana usiku uko, mabaani mpishano,
   Nauishi mizunguko, waziwaza pesa mno,
   Madili mmomonyoko, mmeo mpe kiuno,
   Mwewe awe kifaranga, dunia yageka popo.

6. Utembeapo kicheko, penda pembe la raino,
   Ipunguze mihemko, ujenge uelewano,
   Usimalize ukoko, kwa ubishi wa manaeno,
   Mwewe awe kifaranga, dunia yageka popo.

7. Unalia kwa kibweko, unapotiwa sindano,
   Ulikumbuki zindiko, zana mtutu mguno,
   Raha yako pepo yako, toka darasa la tano,
   Mwewe awe kifaranga, dunia yageka popo.

8. Wosia wazazi wako, jichunge na kisonono,
   Wanaume si wenzako, kesha kwenye mapambano,
   Tumekukabidhi mwiko, ishi bila utengano,
   Mwewe awe kifaranga, dunia yageka popo.

9. Watu wana chokochoko, wapende kwa uwiano,
   Heri uwe nacha kwako, kuliko kuwa mbanano,
   Zishike amali zako, uondoe msagano,
   Mwewe awe kifaranga, dunia yageka popo.

10. Duniani machafuko, fata wahenga maneno,
    Usijenda mafuriko, twende kwenye mapambano,
    Utaifa nguzo yako, hakikisha mahusiano,
    Mwewe awe kifaranga, dunia yageka popo.

Iko wapi Hoja?

Peter S. Migongo

Peter Saida Migongo ana umri wa miaka 25, mkazi wa Simiyu na mwanafunzi wa chuo Kikuu kishirikishi cha Elimu Mkwawa. Peter ni miongoni mwa washiriki wa Tuzo ya Ushairi ya Ebrahim Hussein msimu wa pili-2015/16 ambaye shairi lake limepata fursa ya kuingia kwenye diwani hii kwa sababu ya uzito wa maudhui yake na mbinu zake za kiuandishi.

1. Kupanda ama kushuka, kwenu ipi njia bora,
   Kunyoa pia kusuka, kwenu zote ni ishara,
   Mikutano kufanyika, visiwani nako bara,
   Hoja zenu zahojika, uzito wake ni fumbo.

2. Ahadi zenu kuvuka, mwapeperusha bendera,
   Mda wenu umefika, kwetu kuja nazo sera,
   Utu wetu kuuzika, twazidi kuwa fukara,
   Hoja zenu zahojika, uzito wake ni fumbo.

3. Kura zetu kugeuka, kwetu kuikosa dira,
   Tano myaka imefika, kwetu kuziona sura,
   Weshimiwa mwazisaka, kura zetu kwa duara,
   Hoja zenu zahojika, uzito wake ni fumbo.

4. Nyoyo zetu kuvunjika, mipango yenye hasara,
   Wote wazidi potoka, jinsi mnavyotukera,
   Ujumbe hu kuwafika, iweni nayo busara,
   Hoja zenu zahojika, uzito wake ni fumbo.

5. Maisha yametushika, mitima yenu kung'ara,
   Bungeni mkishafika, matusi uwanja bora,
   Usiku wapambazuka, visiwani nako bara,
   Hoja zenu zahojika, uzito wake ni fumbo.

6. Nalala nikiamka, mwachafua mazingira,
   Kushikwa ama kushika, kwenu maisha kung`ara,
   Bendera kupeperuka, mwasubiri zetu kura,
   Hoja zenu zahojika, uzito wake ni fumbo.

7. Ngojangoja twavunjika, mwili kuota harara,
   Wengi mnaohusika, kwenu haipo busara,
   Njia zote kuzishika, utu wetu ni madhara,
   Hoja zenu zahojika, uzito, wake ni fumbo.

Tungo za Dudumizi

Bimkubwa S. Mkape

Bimkubwa S. MKape ana umri wa miaka 39, mkazi wa Dar es Salaam na mwanafunzi wa mwaka wa pili katika Chuo Kikuu cha Mwalimu Nyerere Dar es Salaam. Bimkubwa ni miongoni mwa washiriki wa Tuzo ya Ushairi ya Ebrahim Hussein msimu wa pili-2015/16 ambaye shairi lake limepata fursa ya kuingia kwenye diwani hii kwa sababu ya uzito wa maudhui yake na mbinu zake za kiuandishi.

1. Kwa jina lake muweza, muumba wetu azizi,
   Hakuna alo wa kwanza, amzidiye mwenyezi,
   Kucha kutwa minawaza, siupati usingizi,
   Kwanini kutunga tungo, tungo zilo dudumizi?

2. Nimeipata nafasi, kwa uwezo wa karima,
   Kuondoa ukakasi, ambao umenikwama
   Moyoni nawasiwasi, machungu kuniandama,
   Kwanini kutunga tungo, tungo zilo dudumizi?

3. Tungo zajazwa uhondo, zikiimbwa mdomoni,
   Tena zina kubwa mshindo, zisikapo sikioni,
   Zinaleta uvundo, na kukosa tumaini,
   Kwanini kutunga tungo, tungo zilo dudumizi.?

4. Tungo zataka hekima, situnge ukiwa wima,
   Kama waweza chutama, kwa makini utapima,
   Mashairi yasofana, ta watoto watasema,
   Kwanini kutunga tungo, tungo zilo dudumizi?

5. Tena zataka ujuzi, si kutupa hirizi,
   Walisha nena watunzi, tangu enzi na enzi,
   Wanotunga upuuzi, tuzikate zao nyuzi,
   Kwanini kutunga tungo, tungo zilo dudumiz?

6. Tungo hizi sio ngeni, hilo tunalitambua,
   Walikuja mashetani, kwa hila walizojua
   Wakavamia mwituni, matunda kujitwalia
   Kwanini kutunga tungo, tungo zilo dudumizi.

7. Na waganga walipanga, mashetani kuwang'oa,
   Wakaanzisha kimbunga, kwa umoja bila doa,
   Katu haikuwa kinga, damu yao kubakia,
   Kwanini kutunga tungo, tungo zilo dudumizi?

8. Kwale kafanya mpango, kunusuru hali ile,
   Hakuyataka maringo, kiota hiki wala kile.
   Hakujua kama fungo, kazi yake ileile,
   Kwanini kutunga tungo, tungo zilo dudumizi?

9. Heri watunga shairi, nyimbo nazo tenzi,
   Wengi wao mashuhuri, kazi zao zina nyuzi,
   Watumia umahiri, kuonyesha ufumbuzi,
   Kwanini kutunga tungo, tungo zilizo dudumizi?

10. Kulumba na kuandika, wengi wanajiwezea,
    Kimea kikisindikwa, kina miko na vikoa,
    Si vema kukurupuka, ukasahau wosia,
    Kwanini kutunga tungo, tungo zilo dudumizi?

WIMBO UIMBWAO

WALLACE K. MLAGA

*Wallace Kapele Mlaga ana umri wa miaka 33, ni mwanafunzi wa
fasihi ya Kiswahili katika chuo Kikuu Huria cha Tanzania. Wallace
ni miongoni mwa washiriki wa Tuzo ya Ushairi ya Ebrahim Hussein
msimu wa pili-2015/16 ambaye shairi lake limepata fursa ya kuingia
kwenye diwani hii kwa sababu ya uzito wa maudhui yake na mbinu
zake za kiuandishi.*

1. Sishiriki siasa! Sishiriki siasa!
   Huu wimbo wa kisasa!
   Kwa wengi wasikika tena watia hamasa!
   Wajasi, wakulima, wafanyakazi wananesa!
   Sitaki siasa! sitaki siasa! Sitaki siasa!

2. Wapinga dhambi na maprofesa
   Kiitikio hawajakikosa
   Wanakiimba kwa hamasa
   Lengo lao wasikike jinsi wanavyotuasa:
   Ukitaka kuishi vema usiishiriki siasa!

3. Kutoishiriki siasa tunafanya kwa vitendo
   Siku ya kupiga kura daima twakaa kando
   Sifa hii ni muhimu kuukimbia mkondo
   Wa *uzuu politikoni* tena kwa upendo!

4. Hatushiriki siasa na kweli hatusemi:
   Kiongozi wetu mzigo mithili ya kichomi;
   Mshahara kiduchu kama samaki wa Kilimi;
   Njaa imepiga kambi kama vile hatulimi;
   Uzalendo umetoweka kwa kuendekeza umimi;
   Ubora unatoweka kama utawala wa kitemi;
   Viongozi wananawiri kwa kuporomoka uchumi;
   Maisha ni maumivu mithili ya mpigwa ngumi;
   Ajira zimeadimika kama tembo wa Mikumi
   Aimbaye wimbo huu ajiepushe na uvumi.

5. Mwimba wimbo nakuuliza
   Kivitendo umetekeleza?
   Kuushiriki uvumi ni siasa kutimiza
   Usijitie najisi uvumi kuuendeleza
   Jitafakari kwa kina kama wimbo umeuweza!

NYUMBANI KWETU LEO.

LEAH F. MOLELI

Leah Fanuely Moleli ana umri wa miaka 23, ni mwanafunzi wa katika Chuo Kikuu cha Mtakatifu Agustino. Leah ni miongoni mwa washiriki wa Tuzo ya Ushairi ya Ebrahim Hussein msimu wa pili-2015/16 ambaye shairi lake limepata fursa ya kuingia kwenye diwani hii kwa sababu ya uzito wa maudhui yake na mbinu zake za kiuandishi.

1. Yeye ni ngeu ozini, mimi nyeupe ngozini
   Kosa letu maishani, kamwe halijulikani
   Mbari yetu wasemani, rabana ametulani
   Tumekuwa nyangarika, kwenye mbari yetu yote.

2. Kwa ngeu mwake ozini, akaonekana fisi
   Ajuza yule jamani, roho yake mefilisi
   Kajitapa vijiweni, wamemua yule fisi
   Eeh Rabana si twaomba, tuondolee hizaya.

3. Nyeupe mimi bidhaa, ya ghali na ya adimu
   Kwa mimi pesa wazoa, na madaraka adimu
   Jina wametukatia, kwamba dili maalumu
   Hae! Mimi dili!, hae! mi bidhaa!

4. Sasa baba kainuka, ulingoni kutetea
   Lakini sina hakika, mapigano nofanyia
   Mana nyuma ya vichaka, mate amezea pia
   Nani nimkimbilie, nipate yangu salama?

5. Wao wanachokijua, lana katupa mwenyezi
   Ila wasichokijua, ni ghalati ya mlozi
   Na wamekosa kujua, kutokana na ubozi
   Ngeu ozini si kitu, nayo nyeupe ngozini.

6. Kwa sasa nimesimama, jina la nana mepewa
   Si mchochole daima, kama walivyonijuwa
   Sitaki kicho daima, wala sitaki kulewa
   Nafasi niloipata, wenzangu tapigania.

7. Mimi siyo renge tena, masombo nimeyafunga
    Na wala si bozi tena, ubozi ninaupinga
    Muhu nimepata tena, dume huyu kumpinga
    Heshima atupatie, na nafasi kwenye mbari

8. Mahandaki yamebaki, jamani humu nyumbani
    Hakuna kilichobaki, sebuleni na chumbani
    Kwa pupa wamevipaki, kupeleka ghaibuni
    Mvyele alichotunza, yoote wamepaganya.

9. Jitimai tayopata, mvyele akiibuka
    Kaburini tajipata, huku akisepetuka
    Labda ende kujipata, nyumba nyingine hakika
    Mana lipoibukia, mekutana na handaki.

10. Acha nitoe simile, niikimbie mimbari
    Kwa sauti ileile, niondoke kingangari
    Tumwombe Rabana yule, tuletee mukhtari
    Afukie mahandaki, nyumba yetu tuijenge.

Mgeni

Singila K Mpumbiye

Singila Kasumuni Mpumbiye ana umri wa miaka 27, Kitaaluma ni mwalimu. Singila ni miongoni mwa washiriki wa Tuzo ya Ushairi ya Ebrahim Hussein msimu wa pili-2015/16 ambaye shairi lake limepata fursa ya kuingia kwenye diwani hii kwa sababu ya uzito wa maudhui yake na mbinu zake za kiuandishi.

1. Huyu ni mgeni gani, asiyerudi makwao,
   Haya matembezi gani, ya myaka hii kibao,
   Anatamba duniani, kweli kote mzagao,
   Mgeni huyu ni nani? naomba nitegulie.

2. Kuingia Tanzania, alifikia Kagera,
   Watatu katembelea, akaanza kuwakera,
   Siku zivyoendelea, akaibukia kyera
   Mgeni huyu ni nani? naomba nitegulie.

3. Siku hizi yu mgeni, mijini na vijijini,
   Umarufuye mgeni, ni mithili ya rubani,
   Akija kwenu nyumbani, majuto tawapateni,
   Mgeni huyu ni nani? naomba nitegulie.

4. Matajiri masikini, wote anawasakama,
   Aingiapo nyumbani, husababisha dhahama,
   Riwaya ya takadini, ni fundisho ukisoma,
   Mgeni huyu ni nani? naomba nitegulie.

5. Mgeni haambiliki, kwao hataki rejea,
   Kikupata ni mikiki, mapito kuyajutia,
   Takufanya uhamaki, siku ishi kupungua,
   Mgeni huyu ni nani? naomba nitegulie.

6. Ndoa zasambaratika, watoto kuhangaika,
   Toka kwenye Dominika, mgeni hajaondoka,
   Mgeni tumemchoka, uwazi nauanika,
   Mgeni huyu ni nani? naomba nitegulie.

7. Mgeni huyu ni nani, wajanja mmng'amue,
   Viacheni visilani, wala msininunie,
   Mimi ninachotamani, mgeni nani nambie?
   Mgeni huyu ni nani? naomba nitegulie.

KIMYA HUJA NA MSHINDO

MORINGE J. MUHAGAMA

*Moringe John Muhagama ana umri wa miaka 22, ni mwanafunzi
wa mwaka wa tatu Chuo Kikuu Mwenge. Moringe ni miongoni mwa
washiriki wa Tuzo ya Ushairi ya Ebrahim Hussein msimu
wa pili-2015/16 ambaye shairi lake limepata fursa ya kuingia
kwenye diwani hii kwa sababu ya uzito wa maudhui yake na
mbinu zake za kiuandishi.*

1. Kimepulizwa kipenga, kila moja awe kwake,
    Na mshale akalenga, kuilinda ngome yake,
    Usisite wewe lenga, adui na ndugu zake,
    Kimya huja na mshindo, kuhamaki huna chako.

2. Hakuna anayejua, kuwa tutawavamia,
    Siku akija gundua, wana wake wanalia,
    Huku sie twatimua, hakuna kuwaachia,
    Kimya huja na mshindo, kuhamaki huna chako.

3. Kwa michezo twawateka, mboni zao zikazibwa,
    Wao walisha tucheka, na vibao tukapigwa,
    Wakatuita mateka, si mfano wa kuigwa,
    Kimya huja na mshindo, kuhamaki huna chako.

4. Wamepumbazwa na kimya, kudhani wametuweza,
    Tuwapige sasa hima, watakoma kujikweza,
    Irudi yetu heshima, ile tuliyopoteza,
    Kimya huja na mshindo, kuhamaki huna chako.

5. Kulia kuna nyakati, kuumia ni milele,
    Nawakumbusha kwa hati, vijana tusonge mbele,
    Tukumbuke mlingoti, na kifo cha mama Gele,
    Kimya huja na mshindo, kuhamaki huna chako.

6. Tuzikumbuke sauti, za kilio cha watoto,
    Na vilio vya baruti, vilivyozalisha moto,
    Pia nyayo za mabuti, za ishara za misoto,
    Kimya huja na mshindo, kuhamaki huna chako.

7. Na mama kukosa noti, dada ana pepopunda,
   Pia nauli ya boti, mtumbi tukauunda,
   Ama ukapige goti, kwa yule alokudunda,
   Kimya huja na mshindo, kuhamaki huna chako.

8. Nasema nikijigamba, kimya chetu ni makini,
   Na daima nitatamba, adui Umasikini,
   Yeye hasa ndiye mwamba, pia naye ni makini,
   Kimya huja na mshindo, kuhamaki huna chako.

9. Kaleta na ndugu zake, ujinga pia maradhi,
   Pia ana wana wake, atisha kuwapa radhi,
   Ajali pia ni wake, ameshatwambia Kadhi,
   Kimya huja na mshindo, kuhamaki huna chako.

10. Shime twende tukalime, kisasa mchanganyiko,
    Shamba shule mkalime, uvivu kwetu ni mwiko,
    Morani muwahi sime, siyo kuwahi vijiko,
    Kimya huja na mshindo, kuhamaki huna chako.

Papa au Dagaa

Elias Mutani

Elias Mutani ana umri wa miaka 39, kitaaluma ni mshauri mwelekezi
Elias ni miongoni mwa washiriki wa Tuzo ya Ushairi ya Ebrahim
Hussein msimu wa pili-2015/16 ambaye shairi lake limepata fursa ya
kuingia kwenye diwani hii kwa sababu ya uzito wa maudhui yake na
mbinu zake za kiuandishi.

1. Naondoka shaurini natoka bila kuaga
   Milioni mia saba yaitwa pesa ya mboga
   Mbele ya jaji mweledi yatamkwa bila woga
   Tulompeleka jela ni papa au dagaa?

2. Keki ya taifa zima wachache watu wamega
   Pesa za umma wafanya kama la asali sega
   Waiba bila huruma ufisadi umenoga
   Tulompeleka jela ni papa au dagaa?

3. Kafungwa miezi sita kisa fungu la kitoga
   Huyu atembea huru zetu pesa anakoga
   Kajiamini zaidi katoka kwao kuloga
   Tulompeleka jela ni papa au dagaa?

4. Tunashika wala rushwa Ugogo hadi Uchaga
   Tumejenga mahabusu Sumbawanga hadi Vuga
   Tunavunjavunja fito kwa vigogo tunazuga
   Tulompeleka jela ni papa au dagaa?

5. Mafisadi wanavuma si vigumu kuwatega
   Sawasawa na makeke ya kuku mwenye kutaga
   Nia ya vyombo vya dola ndiyo inalegalega
   Tulompeleka jela ni papa au dagaa?

6. Sheria isipochoma kama ya moto mafiga
   Tutazidi songa nyuma na makelele kupiga
   Wabunge, wawakilishi acheni kupiga soga
   Tulompeleka jela ni papa au dagaa?

7. Tungalinunua dawa ama za kitanda chaga
   Kijijini tungelima shamba kubwa kama mbuga
   Nani angelala njaa, tungekula na kumwaga
   Tulompeleka jela ni papa au dagaa?

8. Mwalimu na dakitari maisha yanawapiga
   Huyu achukua hongo kuibeba kwa mzega
   Tulomchagua sisi, vipi bado kumbwaga
   Tulompeleka jela ni papa au dagaa?

9. Tunaogopa kusema gonjwa kubwa tunafuga
   Wanyonge twaangamia wenyewe kujikanyaga
   Tukilichelea donda, tutageuka mizoga
   Tulompeleka jela ni papa au dagaa?

10. Tuwape urithi mwema kizazi chetu kuiga
    Tuijenge nchi yetu daima bega kwa bega
    Tuzingatie makini kama zoezi la yoga
    Tulompeleka jela ni papa au dagaa?

AHSANTENI WAASISI

SILVIA MWAMPINGA

Silvia Mwampinga ana umri wa miaka 22, mkazi wa Njombe na mwanafunzi wa Chuo Kikuu cha Dodoma. Silvia ni miongoni mwa washiriki wa Tuzo ya Ushairi ya Ebrahim Hussein msimu wa pili-2015/16 ambaye shairi lake limepata fursa ya kuingia kwenye diwani hii kwa sababu ya uzito wa maudhui yake na mbinu zake za kiuandishi.

1. Awali kwako Lyongo, muasisi mshairi
   Wa Lamu mingi miongo, ni mengi ulobashiri
   Murua zilizo tungo, zikatupa ujasiri
   Hongereni hongereni, ahsanteni waasisi.

2. Simuachi nyuma Siti, hanitoki tena katu
   Nguli Shabani Robati, kusahau sithubutu
   Vina mwanzo pia kati, hawa vipenzi vya watu
   Hongereni hongereni, ahsanteni waasisi.

3. Babu yetu Saadani, ubini wake Kandoro
   Alojawa ihsani, kutatua migogoro
   Musa Masomo Handeni, nyumbani hukuwa kero
   Hongereni hongereni, ahsanteni waasisi.

4. Kiswahili kilivuka, hakuna wa kukipinga
   Ramadhani wa Mwaluka, mshairi Andanenga
   Ijapo alipofuka, alighani na kutunga
   Hongereni hongereni, ahsanteni waasisi.

5. Shujaa wetu Kaluta, mtetezi wa Arusha
   Machozi uliyafuta, pumzi nayo kushusha
   Nyayo zako twazifata, Kiswahili kung"arisha
   Hongereni hongereni, ahsanteni waasisi.

6. Mathias Mnyampala, kigogo wa Ugogoni
   Ukaomba nyingi sala, ngonjera kwa kuzighani
   Lugha ipate tawala, kote bara nako pwani
   Hongereni hongereni, ahsanteni waasisi.

7. Kipenzi Kezilahabi, Ebrahim Husseini
   Walisimama dhurabi, itangaza duniani
   Kwa baraka zake Rabi, tumepata ahueni
   Hongereni hongereni, ahsanteni waasisi.

8. Penina mwana Muhando, mwana mama jasiri
   Alisimama komando, igizo zikashamiri
   Kama jembe ama nyundo, ni profesa Safari
   Hongereni hongereni, ahsanteni waasisi.

9. Baba Nyerere kipenzi, mzalendo wa milele
   Daima tutakuenzi, taifa liende mbele
   Lugha idumu na enzi, kwa vizazi viteule
   Hongereni hongereni, ahsanteni waasisi.

10. Na wengi mlio TUKI, UKUTA natazamia
    Wengine TAKILUKI, malenga kutupokea
    Kwenye raha na dhiki, BAKITA nawausia
    Hongereni hongereni, ahsanteni waasisi.

ZAMANI INAKUMBUKWA

SHAFFI A. MWANDOA

Shaffi A. Mwandoa ana umri wa miaka 18 na mkazi wa Mtwara na mwanafunzi wa kidato cha sita, shule ya sekondari ya Kiislam ya Amannah. Shaffi Abdul Mwandoa ni miongoni mwa washiriki wa Tuzo ya Ushairi ya Ebrahim Hussein msimu wa pili-2015/16 ambaye shairi lake limepata fursa ya kuingia kwenye diwani hii kwa sababu ya uzito wa maudhui yake na mbinu zake za kiuandishi.

1. Naweza sahau mengi, yaloikumba dunia,
   Japo majonzi si mengi, sina budi kujutia,
   Kweli ya dunia mengi, ya leo yatufikia,
   Kwaheri ndugu kwaheri, dua njema twaombea.

2. Kweli silaha ni mali, hasa inapotoweka,
   Umuhimu wako ni ghali, ndo mana twakukumbuka,
   Twashindwa ficha ukweli, kwani lugha yatutoka,
   Mungu Baba Mungu Baba, muweke mahali pema.

3. Lugha inaangamia, hasa humo mitaani,
   Mungu aonyeshe njia, uendako ni amani,
   Ya pepo kuiingia, mana kwetu ni thamani,
   Kwaheri ndugu kwaheri, dua njema twaombea.

4. Nako bungeni hatari, amani inatoweka,
   Najaribu tafakari, kwanini tunapotoka?
   Lugha nyingi zahatari, ndoa mbazo zatumika,
   Mungu Baba Mungu Baba, muweke mahali pema.

5. Twajuwa huwezi rudi, Allah kakupenda sana,
   Hakufanya makusudi, ila tunaomba sana,
   Twakupa zetu ahadi, kwa Mola tutaonana,
   Kwaheri ndugu kwaheri, dua njema twaombea.

6. Twajua ungekuwepo, ujumbe ungeutoa,
   Tena yani papohapo jamii ingesikia,
   Sasa basi we haupo Mola amekuchukua,
   Mungu Baba Mungu Baba, muweke mahali pema.

7. Ooh! Ebrahim Husseni, twakumbuka zako heri,
   Mchango wako amani, uliepusha hatari,
   Ndo basi huonekani, nasi twasema kwaheri,
   Kwaheri ndugu kwaheri, dua njema twaombea.

8. Twaahidi kuwa nawe, kokote utakofika,
   Sifa zote zako wewe, twakupa hatutachoka,
   Hatunabudi tujuwe, umuhimu katutoka,
   Mungu Baba Mungu Baba, muweke mahali pema.

NDEGE WAONA

AZIZI NANGI

Aziz Nangi ana umri wa miaka 22 na mwanafunzi wa Chuo Kikuu Kishiriki kishirikishi cha UDSM-Mkwawa, Iringa. Azizi ni miongoni mwa washiriki wa Tuzo ya Ushairi ya Ebrahim Hussein msimu wa pili-2015/16 ambaye shairi lake limepata fursa ya kuingia kwenye diwani hii kwa sababu ya uzito wa maudhui yake na mbinu zake za kiuandishi. Aziz ni mtunzi chipukizi wa Ushairi ambaye ameshaandika muswada uitwao "yumba legea" anaandaa tamthilia iitwayo "miti ndani ya shimo."

1. Walimwengu nawambia, haki dhati itendeni,
   Rushwa naisikitia, yavunja matumaini,
   Tuweni na moja nia, maovu tukemeeni,
   Dunia ni mzunguko, tuucheze kiduara.

2. Rushwa rushana mchana, bila hata kufichama,
   Rushwa rusha mwagawana, mwawezana tangu zama,
   Ndege mbuzi wawaona, wasofahamu kusoma,
   Dunia ni mzunguko, tuucheze kiduara.

3. Mnauweza mchezo, mu bora mpaka FIFA,
   Mnavyo vyote vigezo, mtadumu bila kufa,
   Nawapatieni tuzo, kusababisha maafa ,
   Mu chanzo rushwa rushana, mu chanzo umaskini.

4. Mauaji yanatisha, wazee na alubino,
   Vichanga mwavipaisha, vidogo havina meno,
   Mwayakatisha maisha, mu kali kama sumeno,
   Waungwana badilika, tendeni mema mapema.

5. Ahadi zisizotimizwa, vifo njaa kwa wateswa,
   Umaisha umekazwa, wahaidiwa watoswa,
   Tumaini la wadia, mjini na vijijini.

Kwa Nini Michepuko?

Godfrey Ndunguru

Godfrey Ndunguru ana umri wa miaka 26, mkazi wa Mbinga na mwanafunzi wa Chuo Kikuu cha Mt. Agustino-Mwanza. Godfrey ni miongoni mwa washiriki wa Tuzo ya Ushairi ya Ebrahim Hussein msimu wa pili-2015/16 ambaye shairi lake limepata fursa ya kuingia kwenye diwani hii kwa sababu ya uzito wa maudhui yake na mbinu zake za kiuandishi.

6. Malaika wangu walinzi, kwa mambo ya duniani,
    Na Mungu Baba Mwenyezi, shukrani zangu natoeni,
    Kwa kunipa la uwazi, jamaa niwapasheni,
    Michepuko kitu gani, na kwa nini ipo hivyo?

7. Ndoa yataka lijali, mwenyezi ametwambia,
    Nisemayo kwa dalili, ukweli kuwaambia,
    Akupe hili na hili, jema linakukimbia,
    Michepuko kitu gani, na kwa nini ipo hivyo?

8. Wazo limesha wagusa, kuanza kujiuliza,
    Tendo huzaa mikasa, bila mambo kuyakaza,
    Hali halisi ya sasa, ambayo inachukiza,
    Michepuko kitu gani, na kwa nini ipo hivyo?

9. Jibulo litakujia, bila wewe kujijua,
    Hata kama wajulia, kidogo sana kujua,
    Wake wengi kujalia, bila ndoaye kujua,
    Michepuko kitu gani, na kwa nini ipo hivyo?

10. Wake wengi hurundika, chumbani kujifungia,
    Ukidai kutosheka, chumbani ukaingia,
    Watoto kuongezeka, bila wewe kupangia,
    Michepuko kitu gani, na kwa nini ipo hivyo?

11. Sasa nawaelezeni, mambo yasababishayo,
    Hadhi nawatoleeni, bila kuificha hiyo,
    Mengine chunguzeni, hadhi mkisema hivyo,
    Michepuko kitu gani, na kwa nini ipo hivyo?

12. Uwepo wa mali nyingi, huvunja hata fikira,
Mtu hujiona mwingi, kutoa yake dhamira,
Hujali sana mtungi, na wake kutia fora,
Michepuko kitu gani, na kwa nini ipo hivyo?

13. Watoto wadogo kazi, bila kuwa na huruma,
Jembe kulitia kazi, bila kuleta hujuma,
Watoto tembea wazi, na kulia Mama Mama,
Michepuko kitu gani, na kwa nini ipo hivyo?

14. Ukishangaa ya Musa, utaona ya Filauni,
Wake pia wapapasa, mahawala mifukoni,
Wasahau kuwanasa, waume zao chumbani
Michepuko kitu gani, na kwanini ipo hivyo?

15. Namaliza kwa mkato, mawazo yangali bado,
Toleo lijalo moto, bila kuficha vya kando,
Watu watatoa joto, bila kujua mtando,
Michepuko kitu gani, na kwa nini ipo hivyo?

AFRIKA

ZUBERI H. NGONDE

Zuberi Ngonde ana umri wa miaka 27, mkazi wa Kilwa-Likawage na mwanafunzi wa Chuo Kikuu Kishiriki kishirikishi cha UDSM-DUCE. Zuberi ni miongoni mwa washiriki wa Tuzo ya Ushairi ya Ebrahim Hussein msimu wa pili-2015/16 ambaye shairi lake limepata fursa ya kuingia kwenye diwani hii kwa sababu ya uzito wa maudhui yake na mbinu zake za kiuandishi.

1. Namshukuru manani, kuniumba binadamu
   Afrika ni nyumbani, kwengine sinahamu
   Wengi wakutamani, tena hakuishi hamu
   Twawakaribisha wageni, kwa upendo na ukarimu
   Nini kinatusibu, hadi kuwa masikini ?

2. Kuna malighafi nyingi, muumba ametubariki
   Misitu wanyama bahari, na yenye thamani madini
   Wahujumu viongozi, kwa yao mikataba feki
   Kuwaridhisha wageni, wenyeji hatuwekezi
   Nini kinatusibu, hadi tukuwa masikini ?

3. Afrika kuna mali, hasa wanozitamani
   Misitu madini bahari, ndo vinanyima usingizi
   Wanyama na wengi samaki, vinafanya wafikiri
   Nini kinatusibu, hadi kuwa masikini ?

4. Kuna vitu vya shangaza, tena vinasikitisha
   Wenyeji tunapigana, wageni wafurahia
   Mali zetu wazichukua, makwao wazipeleka
   Mizozo isiyokwisha, ya dini pia na siasa
   Nini kinatusibu, hadi kuwa masikini ?

5. Siasa chanzo chake, wazungu walotuletea
   Kila mmoja na lake, kichwani anoliwaza
   Hathamini wenzake, kwa cheo alichopata
   Nini kinatusibu, hadi kuwa masikini ?

6. Viongozi ndio vinara, wa machafuko kutokea
   Madarakani wang'ang'ana, hawataki kuachia
   Wananchi twadanganywa, wao viongozi bora
   Kumbe wageuka panya, miguuni watung'ata
   Nini kinatusibu, hadi kuwa masikini ?

7. Wawapo jukwaani, mengi wanaongea
   Huwadondoka machozi, tukizani wanaumia
   Twadhani watuthamini, kwa taabu tunozipata
   Kumbe wanafikiri, vipi mali watajipatia
   Nini kinatusibu, hadi kuwa masikini ?

8. Viongozi wetu waoga, baadhi yao wazembe
   Elimu walionayo, wanufaisha wa nje
   Wengiwao vibaraka, wa mataifa ya nje
   Watumika bila hoja, wageni wanufaike
   Nini kinatusibu, hadi kuwa masikini ?

9. Afrika tumekwama, utazani tumepewa laana
   Yakwetu twayapuuza, kuyaona hayana mana
   Sheria tunapangiwa, kana kwamba hatuna fikra
   Mateso tunayoyapata, kana kwamba hatuna muumba
   Manyani wanatuita, na ndizi kuturushia
   Mengi tunafanyiwa, mengine haibu kusema
   Nini kinatusibu, hadi kuwa masikini ?

10. Nina mengi ya kusema, ngoja nikome hapa
    La mwisho zingatia, wenda litasaidia
    Ni vyema kujitambua, wenyewe kujiongoza
    Uchumi upate kukua, ili tusije ongozwa
    Nini kinatusibu, hadi kuwa masikini ?

JAPO NUDHUMU TWATUNGA!

ALLY ABDALLAH (NYAMKOMOGI, ABUU)

Abuu Nyamkomogi ana umri wa miaka 36, mkazi wa Ukerewe na Kitaaluma ni mwalimuwa shule ya Irungwa-Nansio. Abdalaah ni miongoni mwa washiriki wa Tuzo ya Ushairi ya Ebrahim Hussein msimu wa pili-2015/16 ambaye shairi lake limepata fursa ya kuingia kwenye diwani hii kwa sababu ya uzito wa maudhui yake na mbinu zake za kiuandishi.

1. Medurusu kwa makini, diwani za manyakanga,
   ndanimwe ni'chobaini ufarisi wa kutunga,
   Sikushufu wakati, wa nudhunu kubananga,
   japo nudhumu twatunga, si kama za wazamani!

2. Nilibustadi diwani, ya 'sheria za kutunga'
   AMRI wake ubini, KALUTA aloitunga,
   Kwa uketo nkabaini, kaifiya ya kutunga,
   Japo nudhumu twatunga, si kama za wa zamani?

3. Arudhi nilibaini, za namna ya kutunga
   Tena si utunzi guni, wa nudhumu kuboronga,
   Bali ule wa kanuni, wa tungo kuzifinyanga,
   Japo nudhumu twatunga, si kama za wa zamani!

4. Nikafwatisha diwani, ya Galacha wa kutunga,
   Sauti ya kizani, kwa lakabu ANDANENGA,
   Nikaongeza uoni, kwa tungo zenye kinga,
   Japo nudhumu twatunga, si kama za wa zamani!

5. Kisha nikaja diwani, ya KANDORO kuienga,
   'STAHARAKA' si geni, kwa mwendowe wa kugonga,
   Ugunge nikabani, anuai wa kulonga,
   Japo nudhumu twatunga, si kama za wa zamani!

6. Thuma za kwake diwani, 'mwana'ufukwe wa Tanga, mwingine
   SHAABAN, ROBERT ni la kupanga,
   Babaye yu SELEMANI, kunga toka kwa wahenga.

NDEGE

EMILIANA OMARY

Emiliana Omary ana umri wa miaka 24, mkazi wa Dar es Salam-Temeke na mwanafunzi wa Chuo Kikuu SAUT-Mwanza. Emiliana ni miongoni mwa washiriki wa Tuzo ya Ushairi ya Ebrahim Hussein msimu wa pili-2015/16 ambaye shairi lake limepata fursa ya kuingia kwenye diwani hii kwa sababu ya uzito wa maudhui yake na mbinu zake za kiuandishi.

1. Ndege ninayoipenda, nahisi yateketea
   Nimejawa nayo inda, sababu inalipua
   Yanipa nacho kidonda, kila nikifikiria
   Ndege yangu naipenda, daima ntailinda.

2. Kila 'kienda angani, watu wengi wavutika
   Kupanda wanatamani, kwa jinsi inavyosifika
   Wanataka maskani, kwani inakubalika
   Ndege yangu naipenda, daima ntailinda.

3. Kila ninachoumia, ndege inapoelekea
   Kuna watu waamua, ndege yangu ilipua
   Kwa kweli sijaelewa, nini hasa yao nia
   Ndege yangu naipenda, daima ntailinda.

4. Mitandao yaenea, kila mahali twajua
   Yatupasa angalia, jinsi tunavyotumia
   Vibaya tukifanyia, itaja tuharibia
   Ndege yangu naipenda, daima ntailinda.

5. Ugaidi wajitokeza, na pia unashamiri
   Yatupasa tokomeza, ili kuepusha shari
   Ebu tuache kubeza, tusiwe tuso akili
   Ndege yangu naipenda, daima ntailinda.

6. Ndege yangu ya amani, daima nitaisifia
   Haipo wala vitani, vurugu kujifanyia
   Kila siu ya amani, hilo tunajivunia
   Ndege yangu naipenda, daima ntailinda.

7. Ninakuomba mwenyezi, ndege yangu nilindia
   Kwani wengi walowezi, ndege wanaivizia
   Wanajifanya wajuzi, daima kuisifia
   Ndege yangu naipenda, daima ntailinda.

8. Ndege yangu Tanzania, ndiyo ninayosemea
   Haki kwako we raia, nchi yako pigania
   Ndege ikilipuliwa, jua nawe utapotea
   Ndege yangu naipenda, daima ntailinda.

9. Rai kwenu ninatoa, kwa wote abiria
   Mawazo tuliyoamua, katiba kuingiziwa
   Tupate kuitetea, kwa kura kuipigia
   Ndege yangu naipenda, daima ntailinda.

10. Uchaguzi umefika, ni mengi yatatokea
    Mvurugano we epuka, amani kujilindia
    Nchi isije chafuka, ikawa ka Somalia
    Ndege yangu naipenda, daima ntailinda.

Ni Nani Mkamilifu?

Mandela A. Palangyo

Mandela Palangyo ana umri wa miaka 25, mkazi wa Arusha na mwanafunzi wa Taaluma ya maendeleo ya Jamii. Mandela Palangyo ni miongoni mwa washiriki wa Tuzo ya Ushairi ya Ebrahim Hussein msimu wa pili-2015/16 ambaye shairi lake limepata fursa ya kuingia kwenye diwani hii kwa sababu ya uzito wa maudhui yake na mbinu zake za kiuandishi.

1. Kuna kauli meikifu,
   Kauli yanichefua
   Sitaweza kuisifu, kauli naichukia,
   Ni kauli maarufu, hapa kwetu Tanzania,
   Mwanamke ni dhaifu,
   ni nani kakuambia?

2. Hakuna mtu dhaifu,
   katika hii dunia,
   Tukikiri udhaifu, nasi wadhaifu pia
   Iweje awe dhaifu, aweze *kukudumia*?
   Mwanamke ni dhaifu,
   Ni nani kakuambia?

3. Tutazame vijijini,
   Kilimo kinavyokwea,
   Tunajua asilani, mwanamke achangia,
   Ndipo uchumi nchini, nao unaweza kua,
   Mwanamke ni dhaifu,
   Ni nani kakuambia?

4. Adha za kifamilia,
   zote azivumilia
   Wa mwisho kujilalia, wa kwanza kujidamkia
   Mapambano yenye nia, nia ya kujikomboa
   Mwanamke ni dhaifu,
   Ni nani kakuambia?

5. Kunao unyanyasaji,
   Kwa hawa wanawake,
   Pia ukandamizaji, ubakaji mkumbuke,
   Tuvitumie vipaji, vitu hivi vitoweke,
   Kama mke ni dhaifu,
   Ni nani mkamilifu?

Je, Tatizo Uafrika?

Salehe P. Kapande

Salehe Peter Kapande ana umri wa miaka 24, mkazi wa Dar es Salaam na mwanafunzi wa Chuo Kikuu cha Dar es Salaam. Salehe ni miongoni mwa washiriki wa Tuzo ya Ushairi ya Ebrahim Hussein msimu wa pili-2015/16 ambaye shairi lake limepata fursa ya kuingia kwenye diwani hii kwa sababu ya uzito wa maudhui yake na mbinu zake za kiuandishi.

1. Jua latoa ukungu, jogoo nalo lawika,
   Ninamshukuru Mungu, salama nimeamka,
   Moyoni nina uchungu, naililia Afrika,
   Kuigaiga wazungu, je tatizo Uafrika?

2. Vijana nawauliza, swali hili mnijibu,
   Jambo hili lashangaza, ni heri sana kutubu,
   Msidhani naigiza, eti sanaa za ghibu,
   Kuigaiga wazungu, je tatizo Uafrika?

3. Naanza na wakiume, vijana nisikieni,
   Na hili tuunde tume, kubadilika jamani,
   Ni aibu wanaume, milegezo siyo fani,
   Kuigaiga wazungu, je tatizo Uafrika?

4. Mabinti nanyi sikia, mnavyofanya si vyema,
   Nusu uchi mwavalia, kisa uhuru mwasema,
   Siwezi kuvumilia, kwa hili kutolisema,
   Kuigaiga wazungu, je tatizo Uafrika?

5. Mnatambuka vihunzi, ya wazazi kuyakana,
   Na kwa ujunja wa panzi, eti mwaaula ujana,
   Sasa mwanga wa kurunzi, wawaumbua vijana,
   Kuigaiga wazungu, je tatizo ni Uafrika?

6. Sijifanye kereng'ende, ujana maji ya moto,
   Msidhani mtende, achene huo utoto,
   Si ulizaliwa mende, vipi uwe kiroboto?
   Kuigaiga wazungu, je tatizo ni Uafrika?

7. Cha kushangaza zaidi, in walopiga umande,
   Wamekuwa wakaidi, mithili ya vimadende,
   Ulimi kuukaidi, nusura kusaga kunde,
   Kuigaiga wazungu, je tatizo Uafrika?

8. Tusige kila kitu, usasa watupotosha,
   Tulindeni wetu utu, Afrika kuing'arisha,
   Tusiwe na bongo butu, maadili kurejesha,
   Kuigaiga wazungu, je tatizo Uafrika?

9. Nitatoa chorombozi, uafrika ukirudi,
   Wazazi pia walezi, msichoke kuturudi,
   Eti cha nyoka kizazi, vijana tunajinadi,
   Kuigaiga wazungu, je tatizo Uafrika?

10. Ya kuzungumza mengi, muhimu kubadilika,
    Nyeusi ndo rani yetu, fahari ya Waafrika,
    Tunazo na mila nyingi, nzuri za kuheshimika,
    Kuigaiga wazungu, je tatizo Uafrika?

DAWA YA MOTO NI MOTO

IKAWA PEMBA

Ikawa Pemba ana umri wa miaka 26, mkazi wa Bariadi-Shinyanga na mwanafunzi wa Chuo Kikuu cha Dodoma. Ikawa Pemba ni miongoni mwa washiriki wa Tuzo ya Ushairi ya Ebrahim Hussein msimu wa pili-2015/16 ambaye shairi lake limepata fursa ya kuingia kwenye diwani hii kwa sababu ya uzito wa maudhui yake na mbinu zake za kiuandishi.

1. Dunia mama na baba, imetamalaki shari,
   Shari letayo msiba, loletwa na chirimiri,
   Chirimiri yenye shaba, yatulaza mochwari,
   Dawa ya moto ni moto, pingeni tabia zao.

2. Lo! Vito wanavikaba, kwa kufanya badhiri,
   Badhiri madini baba, wanafuja sirisiri,
   Sirisiri iloshiba, inawaua tumbiri,
   Dawa ya moto ni moto, pingeni tabia zao.

3. Angani wapaa Koba, wakiwaita bepari,
   Bepari wenye tajriba, ilojaa kisukari,
   Kisukari kiso tiba, chatuachia tanuri,
   Dawa ya moto ni moto, pingeni tabia zao.

4. Ngozi ya kondoo Moba, wanaivaa mturi,
   Mturi usiyeshiba, usisalimu amri,
   Amri piga bongo ba, umbueni zao tabia,
   Dawa ya moto ni moto, pingeni tabia zao.

5. Kanga hazai kwa zoba, hadi baba vunje siri,
   Siri lo mwathiri Noba, mithili ya adhifari,
   'Dhifari bepari baba, yaleta hasi athari,
   Dawa ya moto ni moto, pingeni tabia zao.

6. Sanaa Mungu mwaiba, iba lo wanyamapori,
   Pori labaki uhaba, haba lisha mawaziri,
   Waziri unayeshiba, shiba jali na tumbiri,
   Dawa ya moto ni moto, pingeni tabia zao.

7. Kweli nanena kibaba, baba yako hakukiri,
   Kukiri kwake anaziba, ziba iba daathari,
   Athari kwako kibaba, baba kuwa akyari,
   Dawa ya moto ni moto, pingeni tabia zao.

8. Sera zenu ni kijiba, jiba ujitafakari,
   Tafakari walobeba, beba isiyo buhari,
   Heri kufeni kibaba, baba chichidodo siri,
   Dawa ya moto ni moto, pingeni tabia zao.

9. Dawa nzuri maswahiba, umoja uwe mahiri,
   Dawa mwalimu Mahiba, dai katiba mahiri,
   Dawa bora mama na baba, chagua walo mahiri,
   Dawa ya moto ni moto, pingeni tabia zao.

10. Nawasihi maswahiba, nilosema tafakari,
    Nawasihi msoshiba, hali zenu tafakari,
    Nawasihi msobeba, vichwa vyenu tafakari,
    Dawa ya moto ni moto, pingeni tabia zao.

SAFINA

RASHID A. RAI

Rashid ana umri wa miaka 58 na mkazi wa Zanzibar. Rashid ni miongoni mwa washiriki wa Tuzo ya Ushairi ya Ebrahim Hussein msimu wa pili-2015/16 ambaye shairi lake limepata fursa ya kuingia kwenye diwani hii kwa sababu ya uzito wa maudhui yake na mbinu zake za kiuandishi.

Naenda ughaibuni, safina bora ni ipi ?

1. Chombo nimekimiliki, mwenyewe nasafiria
   Kihimilicho mikiki, safari ikiwadia
   Chombo hakinipi dhiki, kwani nimekizowea
   Naenda ughaibuni, safina bora ni ipi ?

2. Alikuwa mshabiki, safari kuniundia
   Tutumiye chombo hiki, ndivyo alivyonambia
   Nilidhani adhihaki, kumbe amekusudia
   Naenda ughaibuni, safina bora ni ipi ?

3. Sharti ya chombo hiki, bora ningewatajia
   Mukae kimshikaki, na huku mkitulia
   Mwisho utatahamaki, safari kuifikia
   Naenda ughaibuni, safina bora ni ipi ?

4. Kupambuliwa falaki, safari tukaanzia
   Tweupanga mshikaki, ureda kujionea
   Hapana alohamaki, vicheko tulivitoa
   Naenda ughaibuni, safina bora ni ipi ?

5. Muda ulipowafiki, kituoni kufikia
   Lawana nyingi na chuki, chombo tumekionea
   Wawili si yake haki, tumezidi abiria
   Naenda ughaibuni, safina bora ni ipi ?

6. Nyote hamkubaliki, chombo hiki kutumia
   Mmoja kinamiliki, huruma kukionea
   Panda wewe mshabiki, miye chini tabakia
   Naenda ughaibuni, safina bora ni ipi ?

7. Mungu alitubariki, mja mwema katokea
   Kamuona Mshabiki, nidhamu imepungua
   Baba chini habanduki, mwana juu kabakia
   Naenda ughaibuni, safina bora ni ipi ?

8. Shuka chini si hamaki, mimi juu tabakia
   Moyo umetaharuki, mwengine katokezea
   Mbaya simithiliki, mtoto namuonea
   Naenda ughaibuni, safina bora ni ipi ?

9. Kwa ghadhabu sishikiki, amri nikaitoa
   Kamata kipande hiki, chombo tutakinyanyua
   Chombo kisipate dhiki, uhondo kujionea
   Naenda ughaibuni, safina bora ni ipi ?

10. Kuwakuta marafiki, vicheko walivitoa
    Chombo chini hakifiki, maajabu ya dunia
    Basi chombo sikitaki, ulimwengu nawachia
    Naenda ughaibuni, safina bora ni ipi ?

Si Fakiri wa Pendo

Mokiwa Ramadhani

Mokiwa Ramadhani ana umri wa miaka 25, mwenye asili ya Handeni, Tanga, ni mwanafunzi wa Chuo Kikuu cha Dodoma. Ni mtunzi wa mashairi, nyimbo, maigizo, hadithi fupifupi, riwaya, insha, tamthiliya mghani na mwimbaji pia.

Ubeti wa 01.

Uko ndani ya mtima, roho yangu yako wewe
Kukupenda yangu dhima, chaguo langu ni wewe
Japo vita ni kubwa, ni radhi mpaka kufa
Nimeletwa duniani, tuwe sote laazizi
Zumbukuku abadani, wasilete uchochezi.

Kiitikio

Sikuachi njiani, asilani abadani
Pesa sina maskini, umeridhi kwangu fuani
Kuachana sidhani, labda apende rahmani.

Kibwagizo;

wanaleta tafrani, ilimradi nikuache
Ijapo maskini, ghuba zangu sio chache.

Ubeti wa 02.

Siwezi ukiwa mbali, moyo hujawa hofu
Wewe unayenijali, wenginewe badhilifu
Huwa sili na silali, kitanda huwa pungufu
Uhai wangu ni wako, mateso yako ni yangu
Kwenye chozi na kicheko, sibadili nia yangu
Tule wa chini ukoko, wewe ni furaha yangu.

Kiitikio

Sikuachi njiani, asilani abadani

Ubeti wa 03.

Sintoiacha mbachao, kwa msala upitao
Kipenzi change cha leo, na peponi marejeo
Wewe ni change kioo, usijali wanenao
Sote tuziombe dua, duniani na peponi
Kifo kikituchukua, upendo uwe nyoyoni
Ufakiri hufifia, bora amani nafsini.

(Ala zinaendelea kupigwa)

NYERERE

ABDALLAH RASHIDI

Abdallah Rashid ni mkazi wa Mkoa wa Tanga Wilaya ya Korogwe na mwanafunzi wa Chuo Kikuu cha Tumaini-Makumira. Hii ni mara yake ya kwanza kutunga shairi na kushiriki katika shindano la Tuzo ya Ushairi ya Ebrahim Hussein

1. Tanzania yetu leo, si kama ile ya kale,
   Sio kwa sisi tulio, linganisha na wakale,
   Wengi ni wapendeleo, kuweka maslahi mbele,
   Nyerere busara zako, twazikumbuka daima.

2. Tazama na mali zetu, Nyerere ulizitunza,
   Ulisubiri vizazi vyetu, watumie si kuuza,
   Leo kama sio zetu, wageni sasa ni funza,
   Nyerere busara zako, twazikumbuka daima.

3. Wageni sasa ni funza, katika miili yetu,
   Wenyeji ndio kwanza, twaonekana si kitu,
   Baba kile ulichotunza, wao waona si chetu,
   Nyerere busara zako, twazikumbuka daima.

4. Cha mtu huliwa mtu, na ndivyo wanavysema,
   Chuma huliwa na kutu, jibu la semi ya nyuma,
   Na hawakumbuki katu, kile walichokichuma,
   Nyerere busara zako, twazikumbuka daima.

5. Kile walichokichuma, ni mali ya umma,
   Angalia wakulima, mazao wakiyachuma,
   Bei zipo nyuma, kiukweli inaniuma,
   Nyerere busara zako, twazikumbuka daima.

6. Tembelea ofisini, kumuona kiongozi,
   Utakaa mstarini, kama ndio yako kazi,
   Unataka tu saini, uwahi nafasi ya kazi,
   Nyerere busara zako, twazikumbuka daima.

7. Wamegeuka malapa, tena hula hadharani,
   Wanakula kwa pupa, hawajali masikini,
   Wanakula na mifupa, masikini wale nini?
   Nyerere busara zako, twazikumbuka daima

8. Nyerere angelirudi, wengi wangeliumbuka
   Wezi pia mafisadi, magereza wangefika,
   Kilimo na miradi, yote ingeimarika,
   Nyerere busara zako, twazikumbuka daima

9. Iwe leo au kesho, kurudi tunatamani,
   Uovu uwe ni mwisho, tusibaki masikini,
   Wewe ni suluhisho, la kuondoa
   Nyerere busara zako, twazikumbuka daima.

10. Ee Mungu tunaomba, mlaze pema peponi,
    Hii yote ni kwamba, hututoki akilini,
    Wazawa na wajomba, wote twasema ameni,
    Nyerere busara zako, twazikumbuka daima.

KAULI TAURIA ZA MWONGOZO

SCHOLASTIKA RAYMOND

Scholastika Raymond ana miaka 26, mkazi wa Dodoma na mwanafunzi wa Chuo Kikuu cha Dodoma. Scholastika ni miongoni mwa washiriki wa Tuzo ya Ushairi ya Ebrahim Hussein msimu wa pili-2015/16 ambaye shairi lake limepata fursa ya kuingia kwenye diwani hii kwa sababu ya uzito wa maudhui yake na mbinu zake za kiuandishi.

1. Watu watukozakoza, koza mithili ya wali,
   Wali walioupoza, poza chemko la hali,
   Hali halisi ya giza, giza la totoro kali,
   Kali kaliuzauza, uza mali kwa kauli.

2. Uma umati mahili, hili laleta uchungu,
   Chungu chunguza kauli, ulizonena kwa changu,
   Changu changu chako kili, kili sema kweli kwangu,
   Kwangu kwangua kamali, mali haramu kwa Mungu.

3. Katakata katikati, katika katani kaa,
   Kaa kaanga makuti, kuti kavu la kutia,
   Tiatia mikakati, kati ya watu kalia,
   Lialia kwa sauti, utii hizo sheria.

4. Kokota kokoto nzito, zitokanazo na kito,
   Kito kitoacho joto, joto kali lenye moto,
   Motomoto wa majuto, juto baya la mkato,
   Kato latongoa mto, mto wa kimkong'oto.

5. Chakatakata kauli, ulichakachue neno,
   Neno nenwalo kichali, chalii ona mchano,
   Chano cha nong'ona tuli, tulia chakani mno,
   Mno mnogesha chilli, chichili cha changamano.

6. Pema usijapo pema, pema kipema si pema,
   Pema huoni mapema, pema kipaona huzima,
   Zima roho nayohema, hema hewa ya zizima,
   Zima kifo cha hekima, kima aliye na heshima.

7. Inueni yenu macho, machovu juu ya anga,
   Angalia kwa kijicho, jicho kali la mwanga,
   Mwangazie hili ficho, ficho hilo kwenye tenga,
   Tenganisha hiyo chochoro, chochoro ya wala unga.

8. Chochoro ya wala unga, ungaunga kama kamba,
   Kambale linalojifunga, fungato gumu la mwamba,
   Mwambatano wa matanga, tangatanga kwa msamba,
   Msambao wa tenga, tenga lilojaa fumba.

9. Tenga lilojaa fumba, fumbatio lenye kina,
   Kinanda cha kujipamba, pambanisho la kufana,
   Fanana kama Muumba, umba umbo la safina,
   Safina safi kuremba, rembaremba kwa kunena.

10. Beti kumi metimia, mia sitazifikia,
    Kiasi nimetongoa, tongoa kauli toa,
    Toatoa mazulia, lia kwa mwongozo poa,
    Poapoa natulia, tulia tuli ka' pua.

YOHANA (NAANDIKA)

Jasper H. Sabuni

Jasper Kido ana miaka 22, mkazi wa Mgulani-Temeke, Dar es Salaam na mwanafunzi wa Chuo cha Diplomasia. Jasper ni miongoni mwa washiriki wa Tuzo ya Ushairi ya Ebrahim Hussein msimu wa pili-2015/16 ambaye shairi lake limepata fursa ya kuingia kwenye diwani hii kwa sababu ya uzito wa maudhui yake na mbinu zake za kiuandishi.

Kalamu nashika kwa kina naandika,
nasema nawe ewe kafiri wa fikra,
juha... muumini wa ujinga,
jasusi... mchuuzi wa yangu nafsi
kisa ya zako imani za kipuuzi,
mbaguzi wa yangu ngozi
ewe mwenye tamaa ya ukwasi,
naandika kwako nawe yasome haya maandishi...

Naandika kwako mtunga sera
nduguye na muasi...
ikumbuke damu ya yohana
japo ipate andika dibaji,
naandika kwako nawe yasome haya maandishi
kisha tunga sheria kali dhidi yako
na nduguzo wenye ashki...

Naandika kwa wino wa uchungu na ghadhabu,
naandika kwako mwana jamii nikiomba pata jawabu,
naandika kwako ewe ulie muovu,
mkatili wa yangu thawabu... ya kuishi,
naandika kwako nikiamini wewe si mpofu...
naandika kwako nawe yasome haya maandishi...

Kalamu naishika, yalo ya msingi naandika,
sauti naipaza, nasema nipate sikika...
naandika kwa niaba ya wote waliodhurika,
naandika... nami sintoacha kuandika...
naandika kwako nawe yasome haya maandishi.

BWANA MKUBWA

WITO SANKE

Wito Sanke ana miaka 22, mkazi wa Dar es Salaam na mwanafunzi wa Chuo Kikuu cha Ardhi Dar es Salaam. Wito ni miongoni mwa washiriki wa Tuzo ya Ushairi ya Ebrahim Hussein msimu wa pili-2015/16 ambaye shairi lake limepata fursa ya kuingia kwenye diwani hii kwa sababu ya uzito wa maudhui yake na mbinu zake za kiuandishi.

1. Aliongoza vizuri, hakuna asiyekiri,
   Ubora ulikithiri, wengi wakatafakari,
   Likuwa ni jasiri kwa kuzitoboa siri,
   Alisema habedari, taifa lote chakari.

2. Aliyetenda abiri, tena katika hadiri,
   Awali tupo achari, akatutenga vizuri,
   Japo alisha safiri, twamkumbuka kwaheri,
   Alisema habedari, taifa lote chakari.

3. Chachawizo kukithiri, taifani kuhubiri,
   Wengi wao ni nakiri, hawaoni johari,
   Halafa kwao ni nzuri, wafanya bila hadhari,
   Alisema habedari, taifa lote chakari.

4. Kazi waacha kwa shari, wakipata misumari,
   Yafaa tutafakari, kasha tuseme ni biri,
   Kugombea si fahari, wanaepuka fakiri,
   Leo sasa habedari, taifa lote chakari.

5. Huyu hakuwa msiri, mabaya alibashiri,
   Hakuwahi kuwa bari, kwa mabaya ya kisiri,
   Taifa likawa shwari, mithari yake bahari,
   Leo sasa habedari, taifa lote chakari.

6. Taifa lilochakari, viongozi ni kikiri,
   Watafuta utajiri, waonekane fahari,
   Usheha wanafakiri, kwa sababu ya athiri,
   Leo sasa habedari, taifa lote chakari.

7. Wengi wao machachari, hawatumii nadhari,
   Utumizi wa nadhiri, umekuwa ni fahari,
   Wanatumia hiari, katika kuzima nari,
   Leo sasa habedari, taifa lote chakari.

Chozi kwa Kiungo cha Albino

Saidi M. Sadiki (Sauti ya Nyikani)

Said M. Sadiki ana miaka 33, mkazi wa Iringa ambaye kitaaluma ni Afisa Afya. Said ni miongoni mwa washiriki wa Tuzo ya Ushairi ya Ebrahim Hussein msimu wa pili-2015/16 ambaye shairi lake limepata fursa ya kuingia kwenye diwani hii kwa sababu ya uzito wa maudhui yake na mbinu zake za kiuandishi.

1. Kiungo nakosa gani, binadamu mwanisaka?
   Nahisi nipo vitani, nchi niliyo zalika,
   Moyoni sina amani, ninaishi kwa mashaka,
   Kiungo cha albino, chozi anifute nani?

2. Hivi tumwamini nani, kama baba ahusika,
   Kuungana na shetani, kwa pesa iso baraka,
   Kamuuza kama buni, mwanawe aje chinjika,
   Kiungo cha albino, chozi anifute nani?

3. Niangalie Manani, mjao nasulibika,
   Nacharangwa kama kuni, na kiumbe mtukuka,
   Najihisi ni kongoni, kwenye cha chui kichaka,
   Kiungo cha albino, chozi anifute nani?

4. Nalia nipo nyikani, damu yanichirizika,
   Sina nguvu asilani, mnyofozi kanishika,
   Kiwiliwili shimoni, tayari kasha kizika,
   Kiungo cha albino, chozi anifute nani?

5. Mganga awarubuni, Alibino kutufyeka,
   Wapate usulutani, wayahodhi madaraka,
   Migodi na madukani, kipato kuongezeka,
   Kiungo cha albino, chozi anifute nani?

6. Imani za punguani, kujua watajirika,
   Mbona Sangoma yu duni, nguoze zina viraka,
   Hawi tajiri kwa nini, kama lake ni hakika?
   Kiungo cha albino, chozi anifute nani?

7. Naombea kwa Manani, mwili nilioutoka,
   Roho alaze peponi, iende kupumzika,
   Kiungo natumaini, Ukombozi utafika,
   Kiungo cha albino, chozi anifute nani?

SUMU

MWANALI M. SALUM

Mwanali Salum ana miaka 36, mkazi wa Mjini Magharibi-Zanzibar ambaye kitaaluma ni mwalimu. Mwanali ni miongoni mwa washiriki wa Tuzo ya Ushairi ya Ebrahim Hussein msimu wa pili-2015/16 ambaye shairi lake limepata fursa ya kuingia kwenye diwani hii kwa sababu ya uzito wa maudhui yake na mbinu zake za kiuandishi.

1. Kishada napeperuka, nangukia hadharani
   Utunzi wangu hakika, niutowao moyoni
   Msaada ninataka, wa jawabu ikhwani
   Sumu inaniadhibu, hamkani nifanyeni?

2. Leo nitayacheuka, kalamu ikinganjani
   Kwangu sasa linauka, kwenu nawaleteeni
   Jibu lilo muafaka, malenga hebu nkani
   Sumu inaniadhibu, hamkani nifanyeni?

3. Sumu inahangaika, haitulii penuni
   Tena inachacharika, kila pahala juweni
   Popote yenda kuteka, kitu inacho tamani
   Sumu inaniadhibu, hamkani nifanyeni?

4. Naronga si kwa kucheka, mejaa chuki moyoni
   Maini yanikatika, nimekuwa hamkani
   Na sasa naatilika, sumu hii sumu gani
   Sumu inaniadhibu, hamkani nifanyeni?

5. Mekuwa zimwi kumbuka, linonijua undani
   Lanita likaniweka, kitako mwake mwilini
   Kwa kweli ninasumbuka, nipeni rai jamani
   Sumu inaniadhibu, hamkani nifanyeni?

6. Kikulacho natamka, hakikungoji njiani
   Nguoni chajibandika, kukutesa yake fani
   Kisha hapo kinauka, chenda sehemu ya thani
   Sumu inaniadhibu, hamkani nifanyeni?

7. Ina makubwa mashaka, shinda ya huyo Ruhani
   Kwa wachochole hufika, sumu ina uhaini
   Kubwa lake natamka, ni kuweka mitihani
   Sumu inaniadhibu, hamkani nifanyeni?

8. Sumu inabakabaka, wenye vyao duniani
   Vigogo inawasaka, na kuwatia mbaroni
   Huku wakikukurika, hawatoki abadani
   Sumu inaniadhibu, hamkani nifanyeni?

9. Sumu jama si dhihaka, yaniyeyusha mwilini
   Sina raha sina faka, naomba niopoweni
   Kuzimu itaniweka, sitakuwa duniani
   Sumu inaniadhibu, hamkani nifanyeni?

10. Pano ninatamatika, utunzi ndio mwishoni
    Naomba jibu kufika, veoveo tambuweni
    Nanyi mnawajibika, malenga kumthaini
    Sumu inaniadhibu, hamkani nifanyeni?

AMANI YANGU

ANNA SENG'ENGE

Anna Seng'enge ana miaka 33, mkazi wa Lushoto-Tanga na kitaaluma ni mwalimu. Anna ni miongoni mwa washiriki wa Tuzo ya Ushairi ya Ebrahim Hussein msimu wa pili-2015/16 ambaye shairi lake limepata fursa ya kuingia kwenye diwani hii kwa sababu ya uzito wa maudhui yake na mbinu zake za kiuandishi.

1. Mlangoni ninabisha niruhusu niingie, nina mengi ya
   kujuza,
   Ya uchungu kama siki, yahitaji kutolewa ahueni niipate,
   Moyo wangu upomoni, udhalimu kutendewa,
   Si adui toka mbali, kikulacho kinguoni mwako.

2. Tuliishi kama ndugu, bila hata kuuana,
   Utu leo umekwisha, roho zetu za wanyama,
   Kama simba naye swala, popote kuwindana,
   Albino kuuwawa, na kuwindwa kama swala.

3. Maisha yao hatihati, amani yao tetereka,
   Uhai wao mashakani, wawindavyo kila kona,
   Mauaji ya kinyama, kukatwa viungo vyao,
   Ee Mola tusamehe udhalimu tutendao.

4. Imani zilo potofu, pelekea janga hili,
   Mafanikio migodini, mwaga damu ya albino
   Madaraka jipatia kwa kiganja cha albino,
   Wengi poteza maisha, familia ni ukiwa.

5. Serikali sikiliza kilio chetu Albino,
   Tunaishi kwa mshaka, kama vile sio kwetu,
   Tunashindwa kutembea, kuhofia mauaji,
   Viongozi sikilizeni, kilio chetu Albino.

6. Hatukupenda kuwa hivi, majaliwa ya Rabuka,
   Damu zetu zinalia, zisokuwa hatia,
   Sio damu za mashujaa, ni damu za uonevu,
   Waungwana fikiria, utatuzi swala hili.

7. Viongozi dini zote, tokomeza janga hili,
   Elezea waumini kuwapenda albino,
   Amri Mungu kataza, binadamu kuuwana,
   Haya shime dini zote tokomeza janga hili.

8. Hatua kali chukuliwa, kufichwa mauaji,
   Vyombo vya dola ingilia, swala hili kwa undani,
   Maamuzi yalo sawia, kesi zao sikilizwa,
   Nao pia penda ishi, kwa furaha na amani.

9. Tamati nimefikia, mengi nimeelezea,
   Ni wajibu wetu sote, tokomeza janga hili,
   Turudishe jina letu, Tanzania kisiwa cha amani,
   Ndugu zetu ishi kwa amani, usalama wao kurejeshwa.

Mauaji ya Albino

Clement Shari

Clement Shari ana miaka 29, mkazi wa Usa-River, Arusha na kitaaluma ni mwalimu na mwanafunzi wa Chuo Kikuu cha Tumaini-Makumira. Clement ni miongoni mwa washiriki wa Tuzo ya Ushairi ya Ebrahim Hussein msimu wa pili-2015/16 ambaye shairi lake limepata fursa ya kuingia kwenye diwani hii kwa sababu ya uzito wa maudhui yake na mbinu zake za kiuandishi.

1. Nasimama kilingeni, niwajuze tu machache,
   Yanayotokea nchini, nanyi nyote muyapate,
   Tuone tufanye nini, na mambo haya yeshe,
   Mauaji ya albino, Tanzania tumechoka.

2. Yatushangaza kuona, jinsi wanavyoteseka,
   Kuishi kwa shida sana, na kwa kujifichaficha,
   Hawapewi usalama, kila siku wanachinjwa,
   Mauaji ya albino, Tanzania tumechoka.

3. Ni kipindi cha chaguzi? Hata na mimi sijui,
   Kustawisha ulanguzi? Kwa kweli mi sielewi,
   Ufanyike uchunguzi, chanzo kiwe hadharani,
   Mauaji ya albino, Tanzania tumechoka.

4. Machimboni nako pia, habari ndo zinapea,
   Muko tayari kuua, madini kujivunia,
   Mapesa kujitekea,wanyonge wanaumia,
   Mauaji ya albino, Tanzania tumechoka.

5. Swali kwenu wauaji, nani anayewatuma,
   Kwa hasira nawahoji, munotenda ni unyama,
   Tujifungeni mkwiji, tokomeze huu nyama,
   Mauaji ya albino, Tanzania tumechoka

6. Nanyi wafabiashara, kwa huo ushirikina,
   Na ndumba mwatia fora, mnisikize kwa kina,
   Ndo mwawatoa kafara, mwaua bila huruma,
   Mauaji ya albino, Tanzania tumechoka

7. Wazazi ndo wapangaji, kuwauzia watoto,
    Mwapanga na wauaji, kuidhuru damu yao,
    Mwapata upi mtaji, kugharimu dhambi hiyo,
    Mauaji ya albino, Tanzania tumechoka.

8. Wapiga ramli sikia, ninyi hasa ndiyo chanzo,
    Wauaji mwawapanga, na kuwapa maagizo,
    Mwawanolea mapanga, na kufanya dhambi hizo,
    Mauaji ya albino, Tanzania tumechoka.

9. Hukumu zimeshatoka, anatekeleza nani,
    Tunapatwa na mashaka, wauaji wapo ndani,
    Wamehukumiwa kufa, Rais hajasaini,
    Mauaji ya albino, Tanzania tumechoka.

10. Tuacheni mambo haya, kwani faida hayana,
    Binadamu tupo sawa, mbele yake Maulana,
    Tuitumie sheria, wauaji kuwabana,
    Mauji ya albino, Tanzania tumechoka.

UTENGANO HARAMU

NZIGO N. SUBIRA

Nzigo Subira ana miaka 29, mkazi wa Buhigwe na mwanafunzi wa Chuo Kikuu cha Dodoma. Nzigo ni miongoni mwa washiriki wa Tuzo ya Ushairi ya Ebrahim Hussein msimu wa pili-2015/16 ambaye shairi lake limepata fursa ya kuingia kwenye diwani hii kwa sababu ya uzito wa maudhui yake na mbinu zake za kiuandishi.

1. Uchumba waliuanza, wawili kufurahia,
   Kila mmoja kaanza, ahadi kuzitongoa,
   Ukweli nitautunza, tunda nitakulindia,
   Hayawi hayawi huwa, ndoa ikafungishika.

2. Ndoa ilipofungika, kimwana kawako ndani,
   Fungate ikafanyika, kimwana katunzwa ndani,
   Fungate ikakatika, kimwana `toka barazani,
   Keshimika hakika, kwa watoto na nyumbani.

3. Siku zilipojongea, kaizoea jamii,
   Kachangamana tenaa, tena kulo yamkini,
   Makucha kuyachomoa, umalaya kuzidii,
   Kila rika kugawia, tena kwa kisiranii.

4. Mafarakano nyumbani, yaka`nza kuonekana,
   Mume mawazo kichwani, ndoa kasaliti nana,
   Ushauri kampeni, aachane na mabwana.
   Asije zoa tufani, na akawa wa kununa.

5. Kapuuza ushauri, katoroshwa na jibaba,
   Likimdanganya kwa shari, kazubaa kama zoba,
   Kikampanda kiburi, kajiona ndiye baba,
   Akaanza kuhubiri, maisha ameyakaba.

6. Undani hakufahamu, kaufahamu ba`daye,
Jibaba limeslimu, tena lina slimu e,
Kaanza kujilaumu, alivyopuuza ushauri e,
Tayari yu jehanamu, kanaswa na viwaya e.

7. Majuto ni mjukuu, huzuni ikampanda,
Katamani Simiyuu, alikomwacha Malanda,
Amrudie Mamuu, `li aweze kumlinda,
Mamu aligoma muu, kabaki njia panda.

CHOZI

SAID A. SULEIMAN

Said Ali Suleiman ana miaka 29, mkazi wa Micheweni, Pemba. Said ni miongoni mwa washiriki wa Tuzo ya Ushairi ya Ebrahim Hussein msimu wa pili-2015/16 ambaye shairi lake limepata fursa ya kuingia kwenye diwani hii kwa sababu ya uzito wa maudhui yake na mbinu zake za kiuandishi.

1. Naanza kuelezea, Hii habari ya kweli
   Zama kilichotokea, Sasa shida nakabili
   Wazee wamepotea, Hivi sasa sinywi sili
   Wameniacha yatima, Sina baba sina mama

2. Lawama nawatupia, Wazee wote wawili
   Waliacha zingatia, Yetu mema maadili
   Wakawa viruka njia, Waliitupa asili
   Wameniacha yatima, Sina baba sina mama

3. Mama alipobalehe, Ujana aliuvaa
   Alipenda starehe, Ni uchi alivyovaa
   Mapombe kwenye sherehe, Hadi ya nane masaa
   Wameniacha yatima, Sina baba sina mama

4. Naye baba asharati, Ndo anakula ujana
   Wote aliweka kati, Wamama na wasichana
   Eti anapiga miti, Mwehu hata haya hana
   Wameniacha yatima, Sina baba sina mama

5. Walikutana klabu, Wazee wangu wawili
   Wameshabwia ulabu, Sio timamu akili
   Hawakuwa na aibu, Wakakutana kimwili
   Wameniacha yatima, Sina baba sina mama

6. Basi mimba ikatunga, Na mimi nikazaliwa
   Bila ndoa kuifunga, Mama alikataliwa
   Akawa aungaunga, Maisha kama mfiwa
   Wameniacha yatima, Sina baba sina mama

7. Habari zikamfika, Mama hadi ashangae
   Duniani katutoka, Bwana alozaa nae
   UKIMWI aliushika, Na yeye ajiandae
   Wameniacha yatima, Sina baba sina mama
   Haikuchukua muda, Yakaanza kumtesa
   Maradhi haya hasada, Hata ukiwa na pesa
   Kina kaka kina dada, Tahadhari hivi sasa
   Wameniacha yatima, Sina baba sina mama

8. Nami sikusalimika, Pia nimeathirika
   Damu ilichanganyika, Hilo limethibitika
   Chozi, ninataabika, Kilio nasikitika
   Wameniacha yatima, Sina baba sina mama

9. Basi na tuzingatie, Yasije yakatukuta
   Viuno kamba tutie, Kwa mjukuu kujuta
   Kila mtu tumwambie, Azibe nyufa ukuta
   Wameniacha yatima, Sina baba sina mama.

Huzuni Yangu

Mary D. Sulla

Mary Deogratias Sulla ana miaka 22, mkazi wa Shinyanga na mwanafunzi wa Chuo Kikuu cha Tumaini-Makumira. Mary ni miongoni mwa washiriki wa Tuzo ya Ushairi ya Ebrahim Hussein msimu wa pili-2015/16 ambaye shairi lake limepata fursa ya kuingia kwenye diwani hii kwa sababu ya uzito wa maudhui yake na mbinu zake za kiuandishi.

1. Ni asubuhi nyingine, nikiwa nimeinama,
    Sikuwaaza kingine, kwa kumkosa wangu mama,
    Siwezi pata mwingine, peke ake ndie mama,
    Hatoweza mwingine, kuwa kama wangu mama.

2. Ni mwanamke shujaa, anaestahili tuzo,
    Wengi wao walimbeza, kwa kuachwa na mzee Uzo,
    Yule tajiri wa Pamba, mwenye kashfa na uozo,
    Hataweza mwingine, kuwa kama wangu mama.

3. Hakuwahi kata tama, kutulea wake wana,
    Kujituma kwake mama, kulitufariji sana,
    Hakuwahi kututazama, Uzo na wake vimwana,
    Hataweza mwingine, kuwa kama wangu mama.

4. Alishinda kwenye baa, ka kibaka wa stesheni,
    Akiwinda abiria, awafanyie uhuni,
    Hakuna aliepita, bila Uzo kumtathimini,
    Hataweza mwingine, kuwa kama wangu mama.

5. Mama alikuwa baba, ndie tulie muona,
    Asubuhi na kibaba, kwa ajili ya si wana,
    Akipata si haba, twashukuru Maulana,
    Hataweza mwingine, kuwa kama wangu mama.

6. Mawazo yalinijaa, nisijue cha kufanya,
   Ingawa mimi shujaa, ila hilo lilinichanganya,
   Mama wa kunizaa, aonekana kinyaa!
   Hawezi mwingine, kuwa kama wangu mama.

7. Nilijichukia sana, kuzaliwa wa kiume,
   Nilijiona mwenye lana, kwa kutoka mwanaume,
   Sikuona umaana, wa kuitwa mwanaume,
   Hawezi mwingine, kuwa kama wangu mama.

8. Kufiwa na wangu mama, msumari kwa wangu moyo,
   Hakuna wa kutazama, tumeachwa vibogoyo,
   Hatuwezi kula nyama, kwani meno hatunayo,
   Hawezi mwingine, kuwa kama wangu mama.

9. Wosia kwa watu wote, kuthamini wanawake,
   Kwani tuliletwa wote, kwa matumbo yao wake,
   Haifai kwetu wote, kunyanyasa wanawake,
   Hawezi mwingine, kuwa kama wangu mama.

10. Waja tuache jeuri, na tuanze kutazama,
    Jinsi ya kuwakabiri, hawa wasio na wema,
    Waletao ufedhuri, kuwatesa zetu mama,
    Hawezi mwingine, kuwa kama wangu mama.

Embe Huanzia Kokwani

Neema B. Swai

*Neema Benson Swai ana miaka 25, mkazi wa Dar es Salaam.
Kitaaluma Neema ni mkufunzi msaidizi wa Chuo Kikuu cha Dar es
Salaam. Neema ni miongoni mwa washiriki wa Tuzo ya Ushairi ya
Ebrahim Hussein msimu wa pili-2015/16 ambaye
shairi lake limepata fursa ya kuingia kwenye diwani hii kwa
sababu ya uzito wa maudhui yake na mbinu zake za kiuandishi.*

1. Nautandika mkeka, nayakusanya makokwa
   Usinishangae kaka, ajikunaye kawashwa
   Na wewe acha pilika, ni muhimu huyu kokwa
   Embe wanzia kokwani, japo wengi hawajui.

2. Shida wapate kwanini, wakati wote mpito
   Hamsini mkononi, kichwa mizigo mizito
   Wateseka masikini, kama jikoni ufito
   Embe wanzia kokwani, japo wengi hawajui.

3. Matabaka kama chapa, kila kona ni mabaka
   Tele majina mwawapa, paka shume wathirika
   Miili kama mifupa, kila siku dhoofika
   Embe wanzia kokwani, japo wengi hawajui.

4. Dar Kigoma na Mwanza, jamii imejitenga
   Nyumbani mwawafukuza, waonekana mizoga
   Miguu yote mafunza, wanauvuta na unga
   Embe wanzia kokwani, japo wengi hawajui.

5. Wasomi na wenye umma, mmekuwa wanafiki
   Kampeni mwazizima, eti hamtaki chuki
   Kwamba mwalinda heshima, malumbano hamtaki
   Embe wanzia kokwani, japo wengi hamjui.

6. Hakuna pesa mwasema, wapi ziada mwapata
   Mashangingi ya gharama, eskro ya Tegeta
   Wezi vibaka mwasema, siasa mwazipepeta
   Embe wanzia kokwani, japo wengi hamjui.

7. Vipi maembe kupata, bila msingi kokwani
   Magugu yote kukata, kuuondoa uduni
   Mbolea kuitafuta, tunyunyizie jamani
   Embe wanzia kokwani, japo wengi hawajui.

8. Kokwa ni hawa watoto, wa mitaani mwasema
   Watoto wapewe uzito, kwenye katiba ya umma
   Tukane hayo mazito, wote watoto wa mama
   Embe wanzia kokwani, japo wengi hawajui.

9. Jambo makini ni hili, izinduliwe jamii
   Upendo zawadi halili, kwa kila mwanajamii
   Elimu kuikabili, mbinu nyingine ni hii
   Embe wanzia kokwani, japo wengi hawajui.

10. Nauanua mkeka, nakwenda zangu tembea
    Hamchelewi nizika, sababu kuwasemea
    Tochi mkizimulika, nilisha jiondokea
    Furaha yangu hakika, hatua kuiendea.

PISA AFRIKA KUSINI

ANNA TEBELA

Anna Tebela ana miaka 24, mkazi wa Mbeya na mwanafunzi wa Chuo Kikuu cha SAUT. Anna ni miongoni mwa washiriki wa Tuzo ya Ushairi ya Ebrahim Hussein msimu wa pili-2015/16 ambaye shairi lake limepata fursa ya kuingia kwenye diwani hii kwa sababu ya uzito wa maudhui yake na mbinu zake za kiuandishi.

1. Kuamini hauwezi, kwahaya nayotokea,
   Yahitaji maombezi, labda yatapotea,
   Kusahau hatuwezi, hasa kwa Watanzania,
   Mauaji ya Kusini, kwa Waafrika wenzao.

2. Eti haya mageuzi, kwa wanachokiotea,
   Hawatafuta machozi, kwa waliowafanyia,
   Kuwafanya walowezi, kisha kuwateketeza,
   mauaji ya Kusini, kwa Waafrika wenzao.

3. Kuwafanya ni ngomezi, hilo tumelitambua,
   Hata watoto azizi, nao wanateketea,
   Mwawafanya wakimbizi, kwa vile mejaa ngoa,
   Mauaji ya Kusini, kwa Waafrika wenzao.

4. Mmesahau baguzi, mlofanyiwa awali,
   Mmekuwa maajizi, hamtaki wajibika,
   Mwadai eti ni kazi, mmezikosa hakika,
   Mauaji ya Kusini, kwa Waafrika wenzao.

5. Mlikuwa walowezi, nchi nyingi za Afrika,
   Nao hata kwa mbawazi, waliwatunza hakika,
   Sasa hata hamuwezi, fadhila kuzikumbuka,
   Mauaji ya Kusini, kwa Waafrika wenzao.

6. Mwawaua kama mbuzi, wenzenu Waafrika,
   Walio nyeusi ngozi, kwangu iliyotunuka,
   Tena mwajipa pongezi, huku sana mkicheka,
   Mauaji ya Kusini, kwa Waafrika wenzao.

7. Mmetupa uzinduzi, mmejawa uzandiki,
   Ninyi mpo kama vazi, alovalishwa mzuka,
   Hamthamini maazizi, waliowatunza Waafrika,
   Mauaji ya Kusini, kwa Waafrika wenzao.

8. Wote Afrika nguruzi, simameni kama tuka,
   Msiwe na unyegezi, kufanya mambo zuzuka,
   Tuishini kama wenzi, wote pate salimika,
   Mauaji ya Kusini, kwa Waafrika wenzao.

KUNGUNI

MARIAM TULLY

Mariam Tully ana miaka 25, mkazi wa Kisarawe, Mkoa wa Pwani, na mwanafunzi wa Chuo Kikuu cha Kumbukumbu ya Mwalimu Nyerere. Mariam ni miongoni mwa washiriki wa Tuzo ya Ushairi ya Ebrahim Hussein msimu wa pili-2015/16 ambaye shairi lake limepata fursa ya kuingia kwenye diwani hii kwa sababu ya uzito wa maudhui yake na mbinu zake za kiuandishi.

1. Noneni nilivokonda, mashakani hali yangu,
   Sina hamu ya kuenda, tena kitandani kwangu,
   Kulala nako napenda, nahurumu damu yangu,
   Inaisha damu yangu, kunguni wananiwinda.

2. Nimeomba chondechonde, hawakunacha maungo,
   Shibe yao mi nikonde, na kuishi kwa msongo,
   Pigo la zadi ya konde, ngumu kuvuka korongo,
   Linahitajika kingo, damu yangu isiende.

3. Nawaona kwa makundi, kama wachimba msingi,
   Mwili ni bari ya hindi, wanyonya midamu mingi,
   Njaa kwao haiendi, japo tumboyo ni tungi,
   Nikilala waja wengi, ushindi wao sipendi.

4. Liwezi kuwa ni shindo, kunguni mbele wasonge,
   Wajifanya na upendo, wakija eti tubonge,
   Sitoufwata mkondo, wanivunjie kilinge,
   Viungo vyangu vipinge, wala siache uvundo.

Ni Msimu Wa Kupanda.

Godon Yohana

Godon Yohana ana miaka 26, mkazi wa Kigoma-Kasulu, na mwanafunzi wa Chuo Kikuu cha Dar es Salaam. Godon ni miongoni mwa washiriki wa Tuzo ya Ushairi ya Ebrahim Hussein msimu wa pili-2015/16 ambaye shairi lake limepata fursa ya kuingia kwenye diwani hii kwa sababu ya uzito wa maudhui yake na mbinu zake za kiuandishi.

1. Ni msimu wa kupanda, tayari umewadia
   Watu wa kanda na kanda, ni heri mkatambua
   Myaka mitano ni chonda, endapo kiichezea
   Ni msimu wa kupanda, magugu yaondoeni.

2. Ondoa hina ya binda, kwenye shamba elekea
   Usije jifanya kinda, fofofo kusujudia
   Usingizi ndio sanda, maisha kuharibia
   Ni msimu wa kupanda, magugu yaondoeni.

3. Usije shinda naranda, haki kaipotezea
   Hale hale funga banda, kwenye shamba elekea
   Mashamba ni kila kanda, hakuna yalipochea
   Ni msimu wa kupanda, magugu yaondoeni.

4. Panda mazao ya tunda, uhohehahe amia
   Usije panda maganda, kwa kulewa na atia
   Uvivu hutokulinda, ni bora kuukimbia
   Ni msimu wa kupanda, magugu yaondoeni.

5. Na mbegu zilizovunda, fikiri kuzikimbia
   Ukiweza umeshinda, ufakiri tapotea
   Na mbegu ukishapanda, kilobaki subiria
   Ni msimu wa kupanda, magugu yaondoeni.

6. Mwaka jana hukuenda, ulidai hukujua
   Leo ishike kalenda, itakayo kugutua
   Usiongopee donda, donda nitakukandia
   Ni msimu wa kupanda, magugu yaondoeni.

7. Bora yako ukadinda, wasije kukunyatia
   Mana kupe kikushinda, damu yako tajinywea
   Tageuka kuwa ng'onda, watu wote tashitua
   Ni msimu wa kupanda, magugu yaondoeni.

MAISHA BORA

YOHANA E. ZABLON

Yohana Zablon ana miaka 24, mkazi wa Mra, na mwanafunzi wa Kilimanjaro Christian Medical University College (KCMUCO). Yohana ni miongoni mwa washiriki wa Tuzo ya Ushairi ya Ebrahim Hussein msimu wa pili-2015/16 ambaye shairi lake limepata fursa ya kuingia kwenye diwani hii kwa sababu ya uzito wa maudhui yake na mbinu zake za kiuandishi. Hata hivyo angali anahitaji hamasa zaidi katika uandishi na utunzi wa kazi za sanaa na ubunifu.

Umezagaa utapeli wa sadaka kwa ibada,
Kuendelea tumefeli kwa tamaa za misaada,
Nchi imejaa mali vipi? Mzawa nashida,
Nasikia serikali imebinafsisha faida,
Tumeridhika tunaona kawaida,
Wasomi wasowajibika wala kutunza muda,
Simudu bei ya maji kiu haikati kwa soda,
Kwa nini tuunde kamati mezani kuna shuhuda,
Homa ya ufisadi imekuwa nembo ya taifa,
Haiskii tiba kama sikio la kufa,
Bendera haishuki huku kila siku maafa,
Hatuwezi kurejea bila kujali maarifa,
Nje na ndani yametanda matabaka,
Mahakamani analindwa muhalifu mwenye madaraka.
Vikongwe na Alibino wanaishi kwa mashaka,
Nakumbuka alijiua alipojifungua mimba ya kibaka,
Hospitali hali ya tiba sio sawa,
Ni hatari ka mifuko haijashiba hupati dawa,
Kibali cha mzazi kumuua mtoto,
Siendekezi hizo kazi udaktari ni wito.
Utu hauna watu wala watu hawana utu,
Kuuana kwa mitutu kama Watusi na Wahutu.
Mama anauza kula kwa kipande cha Khanga,
Kaka hana ajira anabwiha unga anaacha "skonga"
Acha maisha duni,
Jamii inaamini muziki ni uhuni,

Hatuithamini elimu ya ufundi,
Soma ukitathimini sio kukesha kama bundi,
Siasa na dini vinatugawa kimakundi,
Wanaosinzia Bungeni ndio wanadai hundi.

Kiitikio

Maisha bora kwa kila Mtanzania,
Ila mbona uchumi unazidi kudidimia,
Badilika, kuyatimiza,
Malengo.

Kasi ari nguvu zaidi inashuka elimu,
Dada inambidi auze mwili ili hajikimu,
Kaka anavuta bangi na kuangalia uchafu kwenye simu,
Rafiki wanajinyonga kisa maisha ni magumu,
Baba anaitenga familia kukwepa majukumu,
Serikali haituajiri hata tukihitimu.

Kama hauna pesa utapata shida nyingi,
Unaempenda atakutesa anapenda shilingi,
Tuliofaulu mtihani tunateseka mtaani,
Waliofeli shuleni ndio meneja wa kampuni,
Wake na watoto ni ufahari hatupangi uzazi,
Yatima na wakimbizi hawana makazi,
Viongozi wachoyo,
Inataka moyo,
Ukiwa mpole utaendeshwa kama Toyo,
Mapenzi yanafanya wanafunzi wanakula karo,
Hawaendi darasani wanavuta bangi kwenye mitaro.

Mtaani utata,
Sanaa chati najaza data,
Sina kazi na wazazi wanalia ukata,
Mswazi sijengi hadhi pesa ndio ukuta,
Nitaendesha hata guta.

Masikini inaniandama kasumba,
Sifanikiwi nakosa hata hela ya nyumba,
Madini mzungu asha yakomba,
Hata nikiwa jangili siwezi kumuua Simba,
Bora maisha duni kuliko maarufu muuza sura,
Pesa anahonga na nyumbani hakuna chakula,
Habari kila gazeti kashifa zake kwa hadhira,
Suruali imeshuka kila picha ya kamera,
Mama anasema soma Yohana jenga maisha bora,
Mpenzi ananipa homa nakosa hamu ya kula,
Gengeni najenga urafiki na pombe sigara,
Hivi hivi sisalimiki labda niombe sala.

Jirani anakunja ndita,
Anapoona napata, siogopi kwani maisha ni vita,
Kichwa kina mhakiki anahakiki navyowaza,
Maisha mikiki sinabudi kukaza,
Muziki utafika mbali kama tutakua na umoja,
Nyoosha mikono juu kuonyesha tupo pamoja.

MIKONO SHINGONI

MADILA ZACHARIA

Madila Zacharia ana umri wa miaka miaka 27, na mwanafunzi wa Chuo Kikuu cha Mtatkatifu Agustino. Madila ni miongoni mwa washiriki wa Tuzo ya Ushairi ya Ebrahim Hussein msimu wa pili-2015/16 ambaye shairi lake limepata fursa ya kuingia kwenye diwani hii kwa sababu ya uzito wa maudhui yake na mbinu zake za kiuandishi.

1. Kichanga kinakabwa shingo!
   Mzee mvi kichwani, baba ana hasira.
   Mama kazaa tarehe haziendani,
   Uii! Uuuiii! Mama apiga mayowe
   Mwana asaidiwe, mwana asiye baba.
   Mama kutoroka na mwana.

2. Babu kaaga Dunia, mtoto ndugu mama,
   Kaka, dada, mjomba, shangazi wote
   Mtoto ni mkosi,
   Inauma, inauma, inauma, inakera!
   Sasa misimu mbili saba, kichanga siyo
   Mkubwa atambua, nyeusi au nyeupe
   Mkosi mtoto anao, tena rafiki!

3. Mtoto au mkubwa? mithili ya simmba
   Subiri, subiri, subiri, unamjua?
   Naomba giza na mwanga,
   Kwangu azitenga Baraka,
   Wengine kwao mwaga
   Elimu, afya, shibe, shida.

4. Dhaifu, imara, bora, borabora
   Kati, juu, kati,chini....
   Sikuombi, sikutaki, sikuamini.
   Wao wao, walalamika nini?
   Kwapua, wataifanya sherehe.

5. Wanatoka wapi? Wapi?
   Nani kawalea? Nani?
   Me akishindwa, ita, ke, imara!
   Yeye chapisho jipya, ameharririwa!!

TAFSIRI YA MASHAIRI YA WASHINDI WA TUZO YA EBRAHIM HUSSEIN

THIS HAPPENS AS WELL

Idd Mwimbe

The task has become hard, you have failed to compete.
You surrendered the sweetness of your body,
so that they might favour you.
This happens as well, so don't pretend it doesn't.
You were too lazy to study, so you failed.
You went to ask for a passmark in the dark,
and it was given to you.
This happens as well, so don't pretend it doesn't.
You know that he is supposed to pay a fine,
but there you are trying to defend him.
You want him to give you half of what he owes.
This happens as well, so don't pretend it doesn't.
You did brilliantly in the interview,
But they led you to the bedroom, when you reported to work.
This happens as well, so don't pretend it doesn't.
Your thoughts are so immature, that's the reason they beat you
You bribe them with *kanga,* so that they give you the top position.
This happens as well, so don't pretend it doesn't.
When the girl said she didn't want to court you,
You gave money to her parents for their consent.
This happens as well, so don't pretend it doesn't.
You are dumb, that's why you couldn't move up in class

So you changed your name, and adopted your neighbour's.
This happens as well, so don't pretend it doesn't.

THE CASTOFFS

HAJI ABDALLAH

These castoffs are placed in bundles,
The shops depend on them for high sales.
These castoffs are profitable,
For ocean going vessels.
These castoffs come in bulk,
They are sold in the countryside.
These castoffs have become a nuisance,
Those with eyes should see.

These castoffs aren't fruits
They don't grow in the mountains.
These castoffs aren't banana cakes
Nor are they baked for therapy.
If you love these castoffs, you better keep reading this poem
These castoffs that they give have become a nuisance,
Those with eyes should see.

These castoffs are sometimes useful,
This I can never deny.
They can be found wandering,
They are everywhere across the world.
The castoffs stink when they are completely worn out.

These castoffs have become a nuisance,
Those with eyes should see.

We have these castoffs in every home,
How bad are they to the environment!
They cause huge problems,
It is a crisis in the country
These castoffs have become a nuisance,
Those with eyes should see.

These castoffs poison those who go to school
They are the mill that cause air pollution
It is hard to dispose of them,
Hard to make them completely destroyed.
These castoffs have become a nuisance,
Those with eyes should see.

These castoffs have brought changes in the world
They have caused little rain to fall
We must come to our senses, these castoffs cause poverty
among us
These castoffs have become a nuisance,
Those with eyes should see.

These castoffs are the beginning of shame among the people
They aren't what they seem, they are laid down on the streets
They are stuck in the trenches
These castoffs have become a nuisance,
Those with eyes should see.

It is because of these castoffs that our health deteriorates
These castoffs are a heavy burden, especially those old ones
Like an old dead log, we should put them aside
These castoffs have become a nuisance,
Those with eyes should see.

The castoffs worn in someone's privacy are someone else's
calico
These castoffs are worn out, yet we auction them at the market
These castoffs are poor, yet the destitute find them okay
These castoffs have become a nuisance,
Those with eyes should see.

This is the advice we give regarding the castoffs you bring
We want them, no doubt

But you must first inspect them
Those castoffs which are of no use, leave them with those who
want them
These castoffs have become a nuisance,
Those with eyes should see.

Again

Innocent Joseph

Verse 1

I tried once and failed, now I am trying again
I am writing stories that people love, but it is hard
If you refuse something good, there won't be a second chance
You will keep repeating yourself over and over again.

You did not keep your promises the first time, yet you made them again.
We had confidence in you, and we voted for you again.
You did not fight corruption, yet you were back in the State House again.
Those of us who sleep in poverty are sleeping again.
You promised to protect us, yet the Albino are being killed again.

They are full of sorrow and don't have hope anymore.
We have become slaves in our own country again.
The west is fattening from our natural resources again
Since we are small minded, we welcome them again
They say they come to invest, but they are colonialists again
Look at Buzwagi, the natives have nothing anymore
The politics are oppressive, the corrupt are stealing from us again.

Chorus

Life is like a circle, you will end where you began.
Life is a journey, it is not a puff of a cigar or a sip of a beer.
A traveler is like a nonbeliever— you may lose the way.
Are you ready? Where there's a will, there's a way!

Verse 2

There was Richmond, then Epa, now there is Escrow again
Flaudurent contracts on gas will be signed again. The poor
taxpayer is being robbed again

Those who are in power don't have integrity anymore
I wish Nyerere and Karume would come back again
The country you redeemed is being enslaved again
Our policies favour capitalists and not socialists anymore
This is a crisis, I know the teachers will lead a strike again
Even drivers have refused to study again
The police and politics disrupt peace again
Like Isaiah and Yahaya, I will prophesy again
If we lose this peace we have we won't ever get it again
The wise men said, I have said and someone else will arise and
speak again
If you refuse something good, there won't be a second chance
A promise is like a debt, first you gotta pay before you borrow
again

Fulfill your promises first *Mzee* before you make new promises
again

Chorus

Life is like a circle, you will end where you began
Life is a journey, it is not a puff of a cigar or a sip of a beer
A traveler is like a nonbeliever— you may lose the way
Are you ready? Where there's a will, there's a way!

Verse 3

Youth unemployment is another issue again
Health and clean water is an annoyance again
How will we stop crime and prostitution while our economy
has collapsed?
Although the farmer works hard, they steal the tax he pays
The world is cross however much you adorn it
I can't see the map which will lead me to success
They pretend not to hear me when I ask, where is a better life?
The quality of education is deteriorating, yet nobody cares

The coach is ready to lead the way, but what is this country about?

It makes no sense that she is rich in minerals, yet she is poor
The rich share the billions of money while the country wallows in debt
Beware ye who flirt with youthfulness, old age without a pension is coming
Kudos to those who fight to rebuild our nation
The coffin is the end of life, I can only boast in the streets
True kinship shrives on mutual assistance
We might look alike but remain in hatred.
Tell those who love Hip Hop to wait for the results.

Printed in the United States
By Bookmasters